సూఫీ చెప్పిన కథ

కేరళ సాహిత్య అకాడెమి అవార్డు,
వయలార్ అవార్డు పొందిన నవల

మలయాళ మూలం
కె.పి. రామనున్ని

తెలుగుసేత
ఎల్.ఆర్. స్వామి

సారంగ బుక్స్

SAARANGA BOOKS

Published by Saaranga Publishers

www.saarangabooks.com

Sufi Cheppina Katha
Malayalam: *K.P. Ramanunni*
Translated in Telugu by *L.R. Swamy*

First Edition: August 2013

COVER DESIGN by Raj Karamchedu

ISBN-13: 978-0-9884686-1-0

For copies:
Navodaya Book House
Opposite Arya Samaj Mandir, Near Kachiguda crossroads, Hyderabad 500027
Phone No: 040 24652387

Outside India:
editor@saarangabooks.com, phone no: +1 (512) 699-1682 or contact directly:
On Web: Amazon & AVKF

Price: Rs 75.00 (India) U.S. $6.95 (International)

Composed by: Akshara Sita, Hyderabad.

Printed at: Charita, Hyderabad.

ఈ నవలని తెలుగులోకి అనువాదం చేయమని కోరిన
శ్రీరామనున్ని కి...

సహృదయంతో నా రచనల పట్ల అభిమానంతో
ఈ నవలని ప్రచురించడానికి ముందుకు వచ్చిన
సారంగ పబ్లికేషన్స్ వారికి...

చక్కగా డిటిపి చేసిన **సీత గారికి...**

నా రచనలను ఆదరించే అశేష ఆంధ్ర ప్రజానీకానికి...
నా

కృతజ్ఞతలు

-ఎల్. ఆర్. స్వామి

అనువాదకుని మాట

నవల చదివే ముందు ఈ మాటలు తప్పకుండా చదవండి.

తరవాడు- కేరళలో అగ్రకులానికి చెందినవారు. మీనోన్‌లు నాయర్లు. మాతృస్వామ్యవ్యవస్థ వారిది (Matriarchal system of society). వారి ఉమ్మడి కుటుంబమే తరవాడు. ఒక్కొక్కప్పుడు కొన్ని తరవాడులలో కుటుంబసభ్యులు యాభైమంది కూడా ఉండేవారు. పెళ్లైన తరువాత కూడా ఆడపిల్ల పుట్టింటిలోనే ఉండేది. ఆమె భర్త వస్తూ పోతూ ఉంటాడు. అందుకే దాన్ని సంబంధం అని చెప్పేవారు. అతనికి పుట్టిన పిల్లలు కూడా తల్లితో పాటు తల్లి ఇంటిలోనే ఉండేవారు. ఆస్తి హక్కు ఆడపిల్లదే. ఇంటి పెద్ద మేనమామ. అతడు కుటుంబ వ్యవహారాలు చూసుకుంటూ, అప్పుడప్పుడు తన భార్య ఇంటికి (సంబంధక్కారి) వెళ్లి వస్తూ వుంటాడు. అందువల్ల తరవాడులో ఒక స్త్రీ, ఆవిడకు పుట్టిన ఆడపిల్లలు, మగపిల్లలు... ఆడపిల్లలకు పుట్టిన పిల్లలు ఉంటారు. మగపిల్లలకు పుట్టిన పిల్లలూ ఉంటారు.

సాధారణంగా ధనికులైన మీనోన్/నాయర్ కుటుంబాల ఇల్లు ఒక ఎకరం కన్నా వైశాల్యం గల జాగాలో నిర్మించబడుతుంది. ధాన్యం నిలవ వుంచే భవంతిని 'పత్తాయప్పుర' అని అంటారు. ఇంటి పెద్ద గది అక్కడ ఉంటుంది.

ఆడవాళ్లు, పిల్లలు నాటకట్టు, ఎట్టుకట్టు అని చెప్పబడే నిర్మాణాల్లో ఉంటారు. ఇంటి ఇలవేల్పుకు ఒక గది (పూజాగది) అక్కడే. ఇంకా కళప్పుర- వంట ఇల్లు, స్నానానికి- పరు మొదలైనవన్ని ఆ ప్రాంగణంలోనే సరిహద్దు లోపలే ఉంటాయి.

ఈ నవల గురించి...

ఎల్.ఆర్. స్వామి

1993లో వెలువడిన సూఫీ చెప్పిన కథ అనే ఈ నవల మలయాళ సాహిత్యంలో గొప్ప సంచలనం రేపింది. వస్తుపరంగానూ, భాషాపరంగానూ కొత్త పోకడలతో కూడిన ఈ నవల పాఠకుల హృదయాలను ఆకట్టుకుంది. 2010 వరకు పది ముద్రణలు పొందింది ఈ నవల. అంతేకాదు, ఆంగ్ల, ఫ్రెంచ్, హిందీ, తమిళ, కన్నడ భాషల్లోకీ అనువదింపబడి ఆయా భాషా పాఠకుల మన్ననలు కూడా పొందింది. కేరళ సాహిత్య అకాడెమి అవార్డుతో పాటు మరికొన్ని ప్రతిష్ఠాత్మకమైన అవార్డులు కూడా పొందిన ఈ నవలను తెలుగు పాఠకలోకానికి అందించగలగడం నా అదృష్టం. ఈ నవల ప్రచురించాలనే గొప్ప సంకల్పం కలిగిన, మంచి సాహిత్యాభిరుచి గల కల్పనా రెంటాలగారిని తెలుగు పాఠకలోకం అభినందించాలి.

మానవ జాతికి ఒక ఉమ్మడి పైతృకం ఉందనేది అందంగా చక్కగా గుర్తు చేస్తోంది ఈ నవల. గతంలో రెండు సంస్కృతుల మధ్య నిలిచిన సమన్వయాన్ని కూడా గుర్తు చేస్తోంది. ఇక్కడ గతం సలిపే గాయాలపుట్ట కాదు, దయార్ద్రమైన స్నేహశిలలు- సంఘర్షణాభరితమైన ఈ కాలంలో అది ఒక ఔషధంగా పరిణమిస్తుంది. ఇలాంటి ఆర్ద్ర హృదయం చరిత్రకి ఉండేది కదా అని పాఠకుని ఆశ్చర్యపరచి, ఆలోచింపజేస్తుంది. గుడియైనా, మసీదుయైనా మానవుని ఆధ్యాత్మిక అవసరాలను తీర్చే మార్గమేననే స్పృహ కలుగుతుంది. విగ్రహారాధనను గౌరవించని వారు కూడా విగ్రహారాధన పట్ల వున్న వైమనస్యపు పట్టు సడలిస్తున్నారు. తెలియని ఒక సత్యం గురించిన ఆలోచన మనసులో

ఒక వెలుగురేఖగా కదులుతుంది. కత్తులు నూరి గొడవపడడానికి సిద్ధంగా నిలిచిన రెండు మతాల మధ్య అతిప్రాచీనమైన సహవర్తిత్వం (Co-existence) ఉండేదని ఈ సూఫీ చెప్పేటప్పుడు ఏవేవో అడ్డుగోడలు కూలిపోతున్నాయి. ఈ సూక్ష్మ స్వరాన్ని మనకు వినబడే విధంగా వినిపించగలిగింది అనేదే ఈ నవల తాలూకు ధార్మిక ప్రసక్తి.

పందొమ్మిదో శతాబ్దపు మలబారు (కేరళ)లోని పొన్నాని పరిసర ప్రాంతాలు ఈ నవలకు నేపథ్యం. టిప్పు సుల్తాన్ దండయాత్ర ముగిసిన కాలం అది. అగ్ర కులస్తులైన నంబూద్రిలతో పాటు ఎందరో ఇస్లాం మతం పుచ్చుకున్నారు అప్పుడు. మలబారులోని 'మాపిలాసి' అని చెప్పబడే ముస్లింలు ఉత్తర భారతంలోని ముస్లింల కన్నా ప్రాచీనులు. అరేబియా, సౌరాష్ట్ర దేశాల నుంచి వలస వచ్చి మలబారులో స్థిరపడిన అరేబియా వారు కూడా ఉన్నారు వీళ్లలో. మహారాజుయైన సామూతిరి, సంపన్నులైన మీనోసి/నాయర్ కుటుంబాలను అధికారులుగా నియమించి రాజ్యమేలేవాడు. అలాంటి ఒక సంపన్న కుటుంబంలో పుట్టిన కార్తి అనే అమ్మాయే మొదటి బీవి!

నవలలోని కథ వివరించడం నా ఉద్దేశ్యం కాదు. నవలలోని కథ గొట్టంమాత్ర (capsule) లోని గొట్టం లాంటిది. మానవ రుగ్మతలను నయం చేసే రసాయన కణాలు (బిందువులు) గొట్టం లోపల ఉంటాయి. కానీ కనబడేది గొట్టం మాత్రమే. మందు తాలూకు ప్రభావం అనుభవించాలంటే గొట్టం పొట్టలోకి వెళ్లాలి కదా! అలాగే ఈ నవల హృదయంలోకి వెళ్తే కాని అనుభవంలోకి రాదు. అందువల్ల నవల చదవండి, అనుభూతి పొందండి.

ముందుమాట

ఒక నిద్రాభంగంలాంటి కథ!

'సూఫీ పరాంజే కథ' సినిమాకు అవార్డ్ వచ్చినప్పుడు నేను మొదటిసారిగా కె.పి. రామనున్ని పేరు విన్నాను. సూఫీ సంప్రదాయం, సూఫీ యోగులు, వారి బోధనలు, వారి జీవిత విధానం గురించి అప్పటికే కొంత తెలిసి ఉన్న నాకు 'సూఫీ చెప్పిన కథ' అన్న పేరు వినగానే ఏవేవో పురాస్మృతులు మేల్కొన్నాయి. ఎలాగైనా ఆ సినిమా చూడాలని, ఆ నవల చదవాలని ఎంతో ప్రయత్నించాను. అమెరికాలో నాకు ఏ మలయాళీ సాహిత్యాభిమాని కనిపించినా ఈ నవల గురించి అడిగేదాన్ని. అందరూ మంచి నవల అని చెప్పిన వాళ్ళే కానీ ఇంగ్లీష్ అనువాదం ఎవరి దగ్గరా దొరకలేదు. ఒక దశలో మలయాళ సాహిత్యం చదవటానికి ఆ భాష నేర్చుకుందామన్న అత్యుత్సాహంలోకి కూడా వెళ్లకపోలేదు. ఏమైతేనేం ఇవేవీ జరగలేదు. తాత్కాలికంగా సూఫీ చెప్పిన కథ కోసం నా అన్వేషణ సగంలో అలా అక్కడ ఆగిపోయింది.

సూఫీ చెప్పిన ఆ కథ ఏమిటో చదవాలని ఒళ్ళంతా కళ్ళు చేసుకొని నేను చూసిన ఎదురుచూపులు ఓ రోజు ఫలించాయి. అది కూడా ఓ కలలా జరిగింది.

మలయాళ సాహిత్యాన్ని మూలభాష నుంచి నేరుగా అందమైన తెలుగుభాష లోకి అనువాదం చేసే ప్రముఖ అనువాదకుడు, స్వయంగా కథకుడు ఎల్. ఆర్. స్వామి. ఆయన ఇటీవల అనువాదం చేసిన 'పాండవపురం' నవల తెలుగు వారిని మలయాళ సాహిత్యానికి మరింత దగ్గర చేసింది. ఆ పుస్తకం గురించి

పత్రికల్లో చదివి ఎల్.ఆర్. స్వామిగారికి ఫోన్ చేశాను. మాటల సందర్భంలో ఆయన చేసిన అనువాదాలు ఇంకేమైనా ప్రచురణకు సిద్ధంగా వున్నాయా? అని అడిగినప్పుడు ఆయన నోటి నుంచి 'సూఫీ చెప్పిన కథ' పేరు విన్నాను. ఒక్క సారిగా ఒళ్ళు ఝల్లుమంది. వెంటనే మరో ఆలోచన లేకుండా ఆ పుస్తకాన్ని 'సారంగ పబ్లికేషన్స్' ప్రచురిస్తుందని, వెంటనే ఆ అనువాదం పంపించమని కోరాను.

ఎల్. ఆర్. స్వామి చేసిన 'సూఫీ చెప్పిన కథ' అనువాదం కంపోజ్ అయి నా దగ్గరకు వచ్చేసరికి రెండు నెలలు పట్టింది. కానీ ఈలోగా నాకు ఆస్టిన్‌లోని యూనివర్సిటీ ఆఫ్ టెక్సాస్ లైబ్రరీలో రూపా అండ్ కో వారు ప్రచురించిన 'What The Sufi Said' పుస్తకం దొరికింది. ఎన్. గోపాలకృష్ణన్, ప్రొ. ఈషర్ సహాయంతో చేసిన ఆ అనువాదం చదివాక నా మనసు కుదుటపడ్డది. కానీ ఇంగ్లీష్‌లో కంటే మూలభాష నుంచి నేరుగా వచ్చిన తెలుగు అనువాదం చదవాలని ఎంతగానో ఆరాటపడ్డాను. తెలుగులో ఆ నవల చదువు తున్నప్పుడు ఒక్కో వాక్యం దగ్గర ఆగిపోయేదాన్ని. ఒక్కో వాక్యంలోనూ ఎంతో గూఢార్థంతో నిండి ఉన్న కవిత్వం కనిపించింది. రామనున్ని రాసిన కవిత్వ వచనం చదువుతూ నన్ను నేను మర్చిపోయాను. ఇంగ్లీష్ అనువాదం చదివినప్పుడు కథలోనూ, కథనంలోనూ ఎన్నో సందేహాలు. ఏదో అర్థం కాలేదనిపించింది. అది భాషా పరమైన సమస్య కాబోలు అనుకున్నాను. కానీ తెలుగు అనువాదం చదివాక కానీ నవల గొప్పతనం పూర్తిగా అర్థంకాలేదు.

2

జీవితం అంటే ఇది అని ఎవరైనా చెపితే అర్థమయ్యేది కాదు. జీవితాన్ని ఎవరికి వారు జీవించాల్సిందే. అయినా కొన్ని పుస్తకాలు జీవితమంటే ఏమిటో, ఎలా జీవిస్తే ఆ జీవితానికి ఓ సార్థకత కలుగుతుందో వివరిస్తాయి. 'సూఫీ చెప్పిన కథ' అలాంటి నవల. మొదలుపెట్టిన క్షణం నుంచి నవల ఎక్కడా ఆపకుండా చదివించింది. నవల పూర్తయ్యాక ఎంతో అర్థమయిందన్న అనుభూతితో పాటు, మరెంతో అర్థం కావాల్సి ఉందనిపించింది.జీవితం గూఢార్థాన్ని ఒక్కో పొర వొలిచి చూపించిన అనుభూతి పుస్తకం చదువుతున్నంత సేపూ మనకి కలుగుతుంది.

సముద్రపుటోడ్డున జారామ్, లేదా ఓ బీవి వెలిసిందన్న వార్త విని అది చూడటానికి వెళ్ళిన ఒక హిందువు చేయి పట్టుకొని సముద్రతీరం దగ్గరకు తీసుకొని వెళ్ళి సూఫీ చెప్పిన కథ ఇది. ఈ నవల ఇతివృత్తం ఇది అని చెప్పటం కన్నా చదవటం మంచిది. ఇదొక మామూలు నవల కాకుండా ఒక మంచి నవల ఎందుకయిందో తెలియాలంటే నవలను ఎవరికి వారు చదివి తెలుసుకోవాల్సిందే. నవలలో చర్చించిన ముఖ్య అంశాలను రేఖా మాత్రంగా స్పృశిస్తే నవల గొప్పతనం అర్థం చేసుకోవటం సులువవుతుందన్న ఉద్దేశ్యంతో ఒకటి రెండు విషయాలు మాత్రం ప్రస్తావిస్తాను.

తర్కం, వాస్తవికత ఈ రెండింటి మీద మాత్రమే ఆధారపడితే సత్యాన్వేషణ సాధ్యం కాదు. హృదయంలో ప్రేమ, కరుణ లాంటి గుణాలున్నప్పుడే సత్యాన్వేషణ సార్థకమవుతుంది. వాస్తవికతను అర్థంచేసుకునే క్రమంలో హేతువు అన్నది ఎప్పుడూ ద్వితీయాంశమే అవుతుంది అన్నది ప్రధానంగా రామనున్ని ఈ నవలలో చర్చించారు. సృష్టిలోని ప్రతి ఒక్కటి కేవలం తర్కం, వాస్తవికతల మీద మాత్రమే ఆధారపడి ఉండవని, ప్రతి ఒక్కదాన్ని ఆ రెండింటితో మాత్రమే ముడిపెట్టి చూడలేమని, అలా చేయటం కూడా ఒక రకమైన మూఢ విశ్వాసమే నంటారు నవలలో రచయిత ఒకచోట.

★ ★ ★

స్త్రీ, పురుష దేహాల మధ్య కేవలం ఆకర్షణ, లైంగిక సంబంధం ఒక అనుబంధాన్ని నిర్వచించలేవు. అంతకుమించిన అనురాగం, ఒక ఆత్మానుబంధం లేకపోతే అది కేవలం దేహ సంబంధంగా మాత్రమే మిగిలిపోతుంది. కార్తి, మమ్మూటిల మధ్య ఒక ఆకర్షణ వుంది. ఒక తెగింపుతో కూడిన సాహసం ఇద్దరి మధ్యా వుంది. కార్తీ కోసం ఏమైనా చేయటానికి సిద్ధపడ్డాడు మమ్మూటి. చివరకు ఆమె కోసం తన ఇంట్లో అమ్మవారి గుడిని కూడా కట్టించి ఇచ్చాడు. మతం మారిన కార్తికి ఆ మతమార్పిడి కేవలం ఒక సాంప్రదాయిక తంతుగా మాత్రమే మిగిలింది. ఆమెలో తాను చిన్ననాటి నుంచి వింటూ, చూస్తూ, అనుభవిస్తూ వచ్చిన అమ్మవారు భగవతి మీద ప్రేమ లేశమాత్రమైనా తగ్గలేదు. అమ్మవారు కేవలం రాతి విగ్రహం కాదు, అది రక్తాన్ని స్రవించే ఒక హృదయమున్న దేవత అని కార్తి స్వానుభవంతో తెలుసుకుంది. తల్లి కరుణాంతరంగాన్ని తన

హృదయంలో నిలుపుకుంది. కార్తి మొదటిసారి ఋతుమతి అయినప్పుడు తనలోంచి ఓ వెల్లువలా సాగుతున్న రక్తస్రావాన్ని చేపపిల్లలు ఆనందంతో తాగుతుంటే మైమర్చిపోయింది. మరో సందర్భంలో అమ్మవారి గదిలోకి వెళ్ళినప్పుడు మొదటిసారిగా తనలోని స్త్రీత్వాన్ని అమ్మవారి సమక్షంలో కార్తి అర్థం చేసుకుంది. తనను తాను అమ్మవారిలో చూసుకుంటూ ఇద్దరి మధ్యా ఓ అభేదాన్ని అనుభవించింది. తన శరీరం ఏమిటో, అందులో కలిగే స్పందనలు ఏమిటో తెలుసుకున్న తర్వాత శారీరక అనుభవం అనేది ఒక పశ్చాత్తాపమో, తప్పో కాదని, అది రెండు ఆత్మల సంయోజనం అని కార్తికి అర్థమయింది.

తననొక దేవతలాగా కాకుండా ఒక స్త్రీగా తన కళ్ళల్లో కళ్ళు పెట్టి, నిర్భయంగా, నిర్భీతిగా తన శరీరం లోపలి అణువులను కూడా స్పర్శించగలిగిన మమ్మూటితో అందుకే కార్తి అలా నడిచి వెళ్లిపోగలిగింది. తన మేనమామకు తన మీద ప్రేమతో పాటు తన శరీరం పట్ల ఉన్న ఒక కాంక్షను కూడా కార్తి గుర్తించగలగింది. అయినా ఆమెకు అతని మీద కోపం లేదు ప్రేమ తప్ప. అతన్ని తన వక్షాలకు ఓ తల్లిలా అదుముకొని సాంత్వన పర్చాలని కోరుకుంది. అందరూ తననొక దేవతగా చూడటాన్ని అర్థం చేసుకొని తనలో ఆ దేవీతత్త్వమైన కరుణను, ప్రేమను తనకు తాను దర్శించుకోగలిగింది. అందుకే ఆమె చేయి తాకితే నొప్పులు మాయమైపోయేవి. ఆమె సమక్షంలో అందరికీ ఒక ప్రశాంతత అనుభవమయ్యేది. అయితే అప్పటివరకూ ఆమెను ఒక అందమైన స్త్రీగా మాత్రమే చూసిన మమ్మూటికి ఈ మార్పు అర్థం కాలేదు. ఆమె సమక్షంలో అతనిలోని పురుషసంబంధమైన కోర్కెలు తిరోగమించాయి. తనకు భౌతికంగా, మానసికంగా మమ్మూటి దూరం అవటాన్ని గమనించింది కార్తి. అతను మరో చిన్న కుర్రాడితో లైంగిక సంబంధం ఏర్పర్చుకోవటాన్ని కూడా ఆమె తెలుసుకుంది. అమ్మవారు కరుణిస్తే అనుగ్రహం. ఆగ్రహిస్తే విధ్వంసం అన్నట్లు తనను మోసం చేసిన పిల్లవాడిని తానే ఒక కాళిక అయి హతమార్చింది. చివరకు సముద్రంలో కలిసిపోయింది కార్తి. జాలర్లకు ప్రాణదానం చేసి వారి దృష్టిలో ఓ అమ్మవారిగా నిలిచింది. మేలేప్పురంతరవాడలో అమ్మవారిగా ఉండాల్సిన కార్తి, పొన్నాని గ్రామంలోని హిందూ,ముస్లింలిద్దరికీ ఓ అమ్మవారిగా, ఒక బీవిగా వారి హృదయాల్లో కలకాలం నిలిచిపోయింది.

నవల మొత్తంలో కార్తి పాత్ర పాఠకుల మనసులో ఓ ప్రత్యేక స్థానంలో నిలిచి పోతుంది. కార్తి పాత్ర అంత సులువుగా అర్థమయ్యే పాత్ర కాదు. ఆమె మనందరి

లాగా ఓ మామూలు వ్యక్తా? లేక అసాధారణ శక్తులున్నాయా? అనే సందేహం నవల చదువుతున్నంతసేపూ మనల్ని వెన్నాడుతూ ఉంటుంది. అందరూ ఆమెను దైవాంశ సంభూతురాలిగా చూస్తుంటారు. కానీ మమ్ముటికి మాత్రం ఆమె సౌందర్యం తెలిసినట్లుగా ఆమె హృదయం, అందులోని ప్రేమ అర్థంకావు. కార్తి ప్రవర్తన, కొన్ని సంఘటనల్లో ఆమె ప్రవర్తించిన తీరు, మరీ ముఖ్యంగా అమీర్‌ని ఆమె చంపేయటానికి గల కారణం, అలాగే చివర్లో జాలర్లకు ఆమె ప్రాణదానం చేయటం... ఇలా ఎన్నో విషయాల్లో కార్తి మనకు అర్థంకాని ఓ చిత్తరువుగా మిగిలిపోతుంది.

నవల చదువుతుంటే ఎన్నో చిక్కుముడులు విడిపోయిన అనుభూతి, కానీ అంతలోనే మరెన్నో చిక్కుముడులు కళ్ళ ముందు కనిపిస్తాయి. నవల పూర్తయ్యాక కూడా అనేకానేక సందేహాలు మనల్ని వెంటాడతాయి. కొత్త కొత్త ఆలోచనల్ని రేకెత్తిస్తాయి. కొన్ని కొత్త సందేహాలతో కూడిన ఆలోచనలు మనల్ని అస్థిమిత పరుస్తాయి. అనేక కొత్త దారుల్లోకి మన ఆలోచనలు ప్రయాణిస్తాయి. ఈ నవలలో రామనున్ని ఎక్కడా కూడా ఏ సందేహాలకు, ఏ సంశయాలకు సమాధానాలు ఇచ్చే పని చేయలేదు. మన మనసుల్లో రేకెత్తే ప్రతి ప్రశ్న వెనుక ఉండే అసంబద్ధతను అలవోకగా, ఎంతో సహజంగా, నేర్పుగా చిత్రించారు.

నవల ముగిసిన తర్వాత కూడా మన మనసు స్థిమితపడదు. ఎన్నో చిక్కుముడులు మన ముందు నిలిచి ఉంటాయి. తర్కంతో ఈ నవలను అర్థం చేసుకోవాలనుకోవటం వృథా ప్రయత్నమే అవుతుంది. నవలలోని చాలా సంఘటనల వెనుక ఉన్న హేతువు మన మామూలు అవగాహనకు అందదు. సులభంగా విడివడలేని ఆ చిక్కుముడులే నవలకు కొత్త అందాన్ని ఇచ్చాయి. విభిన్నమైన కథ, చిక్కనైన కథనం రెండూ కూడా నవల చదువుతున్నంతసేపూ పాఠకులను మరో ఊహాత్మక లోకంలో విహరింపచేస్తాయి. వారి మనసులను, ఆలోచనల్ని పదును పెడతాయి. జీవితమనేది రెండు రెళ్ళ నాలుగు అన్నంత సులభమైన లెక్క కాదని మనసుకు పడుతుంది. ప్రేమ, కరుణ లేని మతవిశ్వాసం మూఢవిశ్వాసంతో సమానమని అర్థమవుతుంది.

★ ★ ★

తెలుగు సాహిత్యాభిమానులకు మలయాళ సాహిత్యం అంటే ఒక విధమైన ఆరాధన, అభిమానం. మలయాళ సమాజం,అక్కడి అందమైన ప్రకృతి, అక్కడి

కులవ్యవస్థ, ఎన్నో శతాబ్దాలుగా బలంగా ఉన్న మాతృస్వామ్యవ్యవస్థ, వీటి నన్నింటిని ప్రతిబింబించే అద్భుతమైన సాహిత్యం తెలుగు సాహిత్యాభిమానులకు ప్రాణప్రదాలు. దక్షిణాది భాషల సాహిత్యం, సంస్కృతి, ఆచార వ్యవహారాలు, జీవన విధానం ఒకదానికొకటి ఎంతో సన్నిహితంగా ఉంటూనే వైవిధ్యంగా కూడా ఉంటాయి. మలయాళ సాహిత్యం అనగానే తెలుగువారికి తగళి శివశంకర్‌పిళ్లై, కమలాదాస్, అయ్యప్ప ఫణిక్కర్, కురూప్, ఎం.టి. వాసుదేవ నాయర్, లలితాంబికా అంతర్జనం, వైకమ్ మహమ్మద్ బషీర్ వీళ్ళందరూ గుర్తుకు వస్తారు. వీళ్ళ సాహిత్యం గురించి తెలుగు పాఠకులు ఎంతో అభిమానంతో మాట్లాడుకుంటారు. ఇప్పుడు వారి అభిమాన రచయితల కోవలోకి కె.పి. రామనున్ని కూడా చేరుతున్నారు.

ఈ 'సూఫీ చెప్పిన కథ' నవలతో రామనున్ని తెలుగు పాఠకులకు పరిచయం కాబోతున్నారు. ఎన్నో భాషల్లోకి ఈ నవల అనువాదమయ్యాక ఆలస్యంగా ఇప్పుడు తెలుగులోకి కూడా వస్తోంది. ఇంత ఆలస్యంగా తెలుగులోకి రావటం కొంత విచారకరమే అయినా ఇప్పటికైనా ఎల్.ఆర్. స్వామి అనువాదం చేయటం వల్ల తెలుగువారికి ఒక కొత్త మలయాళ రచయిత పరిచయం కావటం నిజంగా శుభవార్త.

– కల్పనారెంటాల

ఆస్టిన్, టెక్సాస్,
యునైటెడ్ స్టేట్స్ ఆఫ్ అమెరికా
12-12-12.

1

హేతువాదుల బోధనలు వినివిని విసుగెత్తిన మా ఊరి వాళ్ళకు కడలి ఒడ్డున ఒక దర్గా వెలసిందనే వార్త చాలా ఆనందం కలిగించింది. దర్గా వెలవటం అనేది మూఢ నమ్మకమని అనుకుంటే మూఢనమ్మకమే!

ఇంతకాలం హేతువాదపు ముతక బోధనలు నమ్మి ఏం సాధించాం? కాల్పనికత యొక్క తడినేల తవ్వి తవ్వి ఇప్పుడు ఊరు ఎండిపోయింది. వ్యామోహాల కుచ్చుల్లోనైనా స్ఖలించిన మనసు ఇప్పుడు శిఖండి. జాతిమత భేదాలకు అతీతంగా ఊరివాళ్ళ హృదయాలకు ఊరటనిస్తూ వచ్చిన మూసాన్ తంగళ్, చిరక్కల్ భగవతి (ఊరి ఇలవేల్పు) అమ్మ వారి దివ్య శక్తులు ఎప్పుడో చిల్లుపడి కారిపోయాయి. బదులుగా కొత్తగా ఏదైనా ప్రతిష్ఠించామా– లేదు– నేడు లేచిన ఈ బేగాన్ని కడలి ఒడ్డునేకాదు మా హృదయాల్లో కూడా సుస్థిరంగా ప్రతిష్ఠించుకోబోతున్నాం.

దర్గా వెలవటమనేది మూఢ నమ్మకానికి ఉదాహరణ అని హేతువాదులు ప్రచురించిన పత్రాల ప్రతులన్ని కోపంగా చెత్తకుండిలోకి విసిరిపారేశాను. ఇదేం బాధ! ఒక నూతన ఊహ మొక్క చిగురైనా భూమిపైకి పొడుచుకు రావటం మీరు ఒప్పుకోరా?

సాయంత్రపు చిరుగాలిలో తేలిపోతూ దర్గా వద్దకు నడిచాను. 'బీచు' రోడ్డు ఎక్కగానే వినబడిన సముద్ర ఘోష తీరని దుఃఖకల్లోలాల్ని సృష్టించింది. కారణ రహితమైన కష్టాల

గుప్పెటిలో ఇరుక్కుపోయిన మమ్మల్ని తీరం చేర్చడానికి బేగం కడలి ఒడ్డున లేచి వుంటుందని అనుకున్నప్పుడు నాకు ఏడుపు వచ్చింది.

ఒక మతకల్లోలం తరువాతనే తలెత్తాయి అనర్థాలు. ఓనం పండుగకి, ఈద్ పండుగకి ఒకరి ఇంటిలో వేరొకరు విందు భోజనాలు ఆరగించి ఆనందించిన మాకు ఇప్పుడు హఠాత్తుగా ఏమైందో అర్థం చేసుకోలేకపోతున్నాం. ఒక దుశ్శకునంలా అంగటి వీధిలో గ్యాస్ట్రోఎంట్రైటిస్ (Gastroenteritis) వ్యాపించింది.

పాత కక్షలేవో తీర్చుకోవడానికే అన్నట్లు ఆకాశంలో ఎదిగి ఎదిగి పగిలి పడి పోయిన మబ్బుల స్తంభాలు మా సముద్రతీరాన్ని కొరికి మింగేశాయి. ప్రేమిస్తే హృదయం పీకి చేతుల్లో పెట్టడం, ఆగ్రహిస్తే బూతు మాటలతో తిట్టటం అలవాటైన అమాయకులైన వందలకొద్దీ జాలర్లు సముద్రంలో మునిగి చనిపోయారు.

బాగా తిని బలిసిన నక్కల గుంపులు పిచ్చెక్కి ఇంటి కుక్కలను కరిచాయి. ఇంటి కుక్కల కాటుకు బలైన కొందరు హిందూ బాలబాలికలు ఆసుపత్రి పాలైనారు. ఆసుపత్రి పాలైన పిల్లలు, ఒకరు తరువాత ఒకరు పిచ్చెక్కి నోరెండి తడారి చనిపోయారు.

అంతులేని కష్టాల గొలుసులు చాలాచోట్లకి సాగాయి.

మతకలహాలు మరచి ఒక్కప్పుడు బిర్యాని ఆరగించిన ముస్లింల మంజీళ్లకు హిందువులు, పరమాన్నం తిన్న ఇళ్ళలోకి ముస్లింలు రాకపోకలు సాగించారు. కానీ వాళ్ళ గుండెలో వేడి మిగిలి ఉంది. ఛేధించబడినప్పుడు ఎప్పటికీ వెనక్కు తెచ్చుకోలేని ఊర్జము కదా బంధుత్వాల నుండి ఆవిరి అయ్యేది?

ఇదంతా చూసి గుండె కరిగిన ఊరి మాతృత్వం చివరికి బేగంగా అవతరించిం దన్న మాట! అగరొత్తులతో, కొబ్బరినూనెతో దర్గా వద్దకు చేరితే హిందు ముస్లిం తేడా లేదు. అంతా ఒకటే– ఫలితం కూడా అందరికీ సమానమే!

కష్టాల కడలిలో వుండే మా ఊరి బిడ్డలతో నేనూ బీవీనగర్‌వైపు సాగాను.

“బీవీ... మా బీవీ...” జనం గోల వినబడుతున్నది. సంధ్యా సమయం దాటింది– నలుపెక్కే కడలి యొక్క ముకుళిత హస్తాలు బీవీకి విధేయత చూపటం కోసం ఎగిరి లేస్తున్నాయి. రాబోయే ఏదో ఒక తుఫాను తాలూకు ముక్కలా ఆకాశం నుండి చలిగాలి వీస్తోంది.

అక్కడక్కడ లేచిన బడ్డీకొట్లలో సూర్యుళ్ళు జ్వలిస్తున్నారు. చిన్నప్పటి నుండి పెట్రోమాక్స్ వెలుగు నా గుండెలో ఆనందం నింపేది. ఉత్సవాలలోనూ ఊరేగింపుల్లోనూ ప్రత్యక్షమయ్యే పెట్రోమాక్సులు ప్రతీక్షలకు ప్రతీకలు!

“బీవీకి కొబ్బరి నూనె వద్దా!”

"అగరొత్తులొద్దా?"

"రండి... సార్... రండి; ఇలారండి అగరొత్తీలు, నూనె..."

బీవీ భక్తులైన మమ్మల్ని బడ్డీవాళ్ళు ఆప్యాయంగా పలకరించారు.

చంకలో ఒక గుండుగాడిని ఎత్తుకొని, మరికొందరు గుండుగాళ్ళను నడిపిస్తూ ఒక ముస్లిం అమ్మాయి బడ్డీకొట్టు వద్దకు వెళ్ళింది. నేనూ ఆమె వెనుక చేరాను. యాదృచ్ఛికంగా కలసిన సహయాత్రికులతో ఆప్యాయంగా మసలటం, వారి వెనక నడవడం నా బలహీనత. ఒక చిన్న క్యాన్ నిండా నూనె, ఒక అగరొత్తి ప్యాకెట్టు కొన్నది ఆ ముస్లిం సోదరి. నేనూ అవే కొన్నాను, తను చేసిందే చేయడం కోసమన్నట్లు. తన వెంట నడచిన నన్ను వాత్సల్యంగా చూసింది ఆమె.

ఇసుకలో నడిచి అలసిన మా కాళ్ళు స్వప్నంలో నడిచే వారి కాళ్ళుగా మారాయి. దర్గా వద్దకు రాగానే చుట్టూ వున్న వెలుగుల ప్రళయంతో నేను ఆమె ముఖం సూక్ష్మంగా చూశాను. అయిదారుగురు పిల్లలను ఈడ్చి నడిపించి తీసుకొచ్చిన అలసట ఆమె ముఖం మీద కనబడలేదు. బీవీ పట్ల వుండే భక్తి పారవశ్యం ఆమె ముఖం మీద తొణికిసలాడింది.

"రండి సార్ రండి; ఇలా రండి," ఆమె పిల్లలను పిలిచింది. వెనక వెనక వచ్చే వారు ఆ మాట వినగానే ప్రవాహంలా పరుగుతీసి ఆడవాళ్ళ కోసం ప్రత్యేకంగా ఏర్పాటు చేసిన వరసలోకి చేరుతూ వుంటే నేను జరిగి దారి ఇచ్చాను.

కొబ్బరినూనె సుగంధమూ, అగరొత్తుల పొగ కలిసి నిండిన వాతావరణం దర్గాలో చిరువెచ్చని నూనెలో కాళ్ళు చేతులు కొట్టుకునే అనుభవమందిన నేను ఒక పసిపిల్లవాడుగా మారాను.

దర్గా ముందు 'క్యూ'లో కదులుతూ వుంటే తలపై పగడా కట్టి, గడ్డం పెంచిన వారు శుభ్ర వస్త్రాలతో పుస్తకం చదువుతూ, లేకపోతే జపం చేస్తూ కనబడ్డారు. వాళ్ళ వ్రేళ్ళ మధ్య జపమాలలు కదిలాయి. వాళ్ళ ముందు చేరిన, ఓర్పు నశించిన నా చేతి నుండి నూనెగిన్నె వాత్సల్యపూర్వంగా అందుకున్నాడు ఒక ముసలియార్. కొంత నూనె తీసి దర్గా వద్ద వుంచి మిగిలింది నాకే తిరిగి ఇచ్చాడు.

బీవీ 'కబర్' ముట్టుకోవాలనే ఆత్రుతతో 'క్యూ'లో సమంగా నిలబడక కొంత హడావిడి చేసినట్లున్నాను. కొంతదూరంలో నా హడావిడి చూస్తూ నిలబడిన ఒక దాడీ వాలా ముందుకొచ్చి నా వ్రేలు కొస పట్టుకొని 'కబర్' ను తాకించి నాకు 'క్యూ' నుండి విముక్తి కలిగించి మరో దారిలో బయటకు పంపాడు.

బయటకు వచ్చినా దర్గాలోని వాతావరణం తాలూకు ఆర్ద్రత నా హృదయంలో తట్ట కట్టింది. ఆ దాడీవాలా నా చేయి పట్టుకొని నాతో వచ్చాడు. చిత్రాల్లోనో శిల్పాల్లోనో– మరెక్కడెక్కడో నేను అతన్ని చూసి మరచిపోయాననేది ఖాయం! అతని చేతివ్రేళ్ళ లోని మెరిసే రాళ్ళ ఉంగరాలు వెదజల్లిన వెలుగుకి నా కళ్ళు కాసేపు కనబడనట్లు తోచింది.

కడలి దాటుతూ వివిధ తీరాలకు తిరుగుతూ శతాబ్దాలు బ్రతికే సూఫీల్లో ఒకడా ఇతడు? లేకపోతే ఒక మహాత్ముడా! అతని చూపు, ఆకారం మామూలుకన్నా కొంత భిన్నంగా కనబడినందువల్ల ఆనందంగా అతన్ని అనుసరించాను. మాంత్రిక ప్రయోగానికి కాని, విషప్రయోగానికి కాని అతడు నన్ను ఎరగా వాడుకోవచ్చుననే అనుమానం కలిగినా భయం కలుగలేదు.

కొంత దూరంగా వెళ్ళి మేము సముద్రానికి ఎదురుగా కూర్చున్నాం. అతని చేతిలోని మెరిసే ఉంగరాల నుండి ప్రారంభించి అతని చేతులూ గుండెల మీదుగా గడ్డపు రోమాలు మీదుగా సంచరించి తటాకములాంటి అతన్ని కళ్ళలోకి వెళ్ళి నిల బడింది, నా చూపు. అప్పుడు పలికాడు అతడు.

"బిడ్డా, నువ్వు ఈ ఊరివాడివి కాదా?"

"ఈ ఊరివాడినే..."

"నువ్వు హిందువు కదూ...?

"అవును."

"బీవీల కథలు, అమ్మవారి కథలు వినాలని కుతూహలంగా ఉంది కదూ...?"

"అవునవును..."

"మన ఊరిలోనే ఇంకిన వందలకొద్ది కథలున్నాయి, వింటావా?"

"వింటాను."

వయస్సు నిర్ణయించలేని అతని జ్ఞానం గురించి నాకు అసలు అనుమానం కలగలేదు. మా ఊరి స్థలపురాణం గురించి వెతుకుతూ తిరిగే నేను అతన్ని గౌరవిస్తూ ఒక కుక్కపిల్లలా అతని వద్దకు జరిగి కూర్చున్నాను.

"బిడ్డా, ఇది ఎన్నో బీవీయో నీకు తెలుసా?"

"తెలియదు."

"ఇది మన ఊరిలో లేచిన మూడో బీవీ. కొందరు అమ్మవార్లు కూడా ఉన్నా రనుకో; దేవుళ్ళూ ఉన్నారు. కొందరు ఔలియాలు ఉన్నారు. వారందరి గురించి పురాణాలూ వున్నాయి. అవన్నీ ఎవ్వరివీ?"

"మన అందరివి."

"చాలా మంచి మాట బిడ్డా, ఈ బీవీలందరూ నీవి కూడా, నువ్వు హిందువైనా. అలాగే ఈ దేవుళ్ళు అమ్మవార్లు- నాది కూడా, నేను ముస్లిమైనా. మొట్టమొదటి బీవి పుట్టినది మీ సమాజం నుండే. అవును ఒక నాయర్ కుటుంబం నుండి. అంతరించి పోయిన మేలేప్పురం కుటుంబం గురించి విన్నావా?"

ఎప్పుడో ఎక్కడో విని మరిచిన ఒక మంత్రాక్షరిలా ఆ ఇంటి పేరు నాలో ప్రతి ధ్వనించింది. ప్రపంచ చరిత్రకారుడైన ఋషి నీడతో విలీనమైనప్పుడు మాటలు చిత్రాలుగా ప్రవహించాయి.

మేలేప్పుర- ఇంటిలోకి వెళ్ళే మలుపులతో కూడిన మట్టిరోడ్డు మెల్లమెల్లగా మనసులో కనబడింది. అతని చిక్కని చిక్కుపడిన గడ్డమూ, తటాకంలాంటి కళ్ళూ అన్నిటికీ సాక్ష్యాలుగా నిలిచాయి.

*

ఎల్.ఆర్. స్వామి

2

పొగమంచు నిండిన నీలాకాశంలోకి చేతులు జోడించి నిలబడి వుంది ఆ సౌధం. ఘనీభవించిన ఆకాశమూ ప్రకృతీ దేన్నో సూక్ష్మంగా చూస్తున్నాయి. పొంగిపొరలే పచ్చని వెలుగు ఇంటి నుండి బయటకు తుళ్ళిపడుతోంది.

అర్ధరాత్రి నిశ్శబ్దాన్ని ఛేదిస్తూ ఒక పురిటి బిడ్డ ఏడుపు బయటికి వచ్చింది. క్రింద అంతస్తులోని ఉత్తరదిశలో ఉండే గది నుండి వచ్చింది ఆ ఏడుపు. ఆ గది పురిటిగది. పురిటి నొప్పి నుండి కోలుకున్న అమ్మాళు ఉరకలు వేసే సంతృప్తితో పక్కకు తిరిగి పడుకొని బిడ్డని తాకింది. ఆడపిల్ల అని తెలియగానే ఒక ఫలప్రదమైన మెట్టు ఎక్కినట్లు తోచింది; ఆ ఇంటి వారికి. లేదు ఈ కుటుంబం తాలూకు తరతరాల వారసత్వం ఆగలేదు; ఆగదు.

పురిటిగది తలుపులు మెల్లగా కొద్దిగా తెరిచి సన్న గొంతుతో అడిగింది అమ్మాళు తల్లి.

"ఆడపిల్ల అని శంకుకు చెప్పారా....."

పురిటిబిడ్డ ఏడుపు ప్రపంచాన్ని తాకగానే శంకు మీనోన్ ఎండు కొబ్బరిచిప్పను నీటిలో వేశాడు. అర్ధరాత్రి పురుడు- పురుడు ఎప్పుడైనా పురిటి సమయం ఖచ్చితంగా తప్పు లేకుండా, గుణించాలి. అదృష్టవంతురాలా, దురదృష్ట వంతురాలా అనేది నిర్ణయించాలి.

వణికే తన చేతి వేళ్ళను అదుపులో ఉంచడానికి ప్రయత్నించాడు శంకుమీనోన్. అంతా నిర్ణయమైపోయింది

కదా! ఆందోళన కాని, ఆకాంక్ష కాని అప్పటికే నిర్ణయించ బడ్డవాటిని మార్చలేవు కదా! గదిలో అతని తలకెదురుగా దీపంకుందె నిండుగా వెలుగు తోంది. ఎండు కొబ్బరిచిప్ప నీటిలో మునిగిన ప్రతిసారి ఒక ధాన్యపుగింజ తీసి పక్కన పెట్టాడు శంకుమీనోన్. మళ్ళీ చిప్పనీటిలో వదిలాడు. స్వప్నాల్లో కొట్టుకుపోతున్నప్పుడు రాత్రి గడవడం తెలియదు. గంట గంటగా కొలుస్తూ వుంటే రాత్రి కరగదు. కాలం ఎంత దుర్భరం!

తూర్పు తెల్లవారగానే ఒక నిటూర్పుతో లేచాడు. శంకు మీనోన్ కొబ్బరి చిప్ప తీసి పక్కకు పెట్టాడు. ధాన్యపుగింజల లెక్క చూశాడు. ఆ రాత్రి మేలేప్పూరం కుటుంబం నిద్రపోలేదు. తల్లీ, కొందరు బంధువులు తదేకంగా తనవైపే చూస్తూ ఎదురుగా నిలబడి వుండటం గమనించిన శంకుమీనోన్ అన్నాడు.

“ఎందుకు తొందర? తొందరపడినంత మాత్రాన పుట్టిన పిల్ల విధి మారు తుందా? పుట్టిన సమయం నిర్ణయించాను అంతే ఇంకా ఏం గుణించలేదు.” ఒకచోట మనసు నిలిపి ఆలోచించడానికి ప్రయత్నిస్తూ వుంటే పొలాల నుండి వచ్చిన కప్పల హోరు అతని ఆలోచనలను దొంగిలించాయి. కోతిలా శాఖా చంక్రమణం చేసే మనసుని బలవంతంగా ఒక చోటకు తీసుకొని వస్తే అదిగో నక్కలగోల! గ్రహస్థితి నిర్ణయించి, ఫలితాల గురించి ఆలోచించే ధైర్యం అతనికి లేకపోయింది.

నిజంగా అతడు చాలా సంతోషించవలసిన సమయం. అందువల్లే అతనికి భయం కూడా వేసింది. అతనికి తెలిసినంత వరకు ఆ మానవజీవితం అంత సుఖాంత చట్రంలో బిగించలేదు.

లేకపోతే మేలేప్పూరంతరవాడలో ఎప్పుడైనా ఒకే ఒక ఆడపిల్లే ఎందుకు పుట్టాలి? పది పన్నెండుమంది ఆడపిల్లలు పుట్టి వాళ్ళకు కూడా మళ్ళీ పది పన్నెండుమంది ఆడ పిల్లలు పుట్టినా తరగని సంపద ఆ ఇంటికి సొంతం.

ఆ తిరశ్శేరినంబూద్రి నుండి కానుకగా అందిన రెండు వందల ఎకరాల మాగాణి భారతప్పుళ దాకా విస్తరించి వుంది. అంతా కౌలుకు ఇచ్చేశారు. తరవాడు ఉంటే రెండెకరాల భూమి మాత్రం కౌలుకు ఇవ్వలేదు. ఎందుకు ఎక్కువ? కౌలుగా తెచ్చే ధాన్యం కొలవడంలో కూడా అంత శ్రద్ధ తీసుకోడు శంకుమీనోన్.

కౌలు కొల్చేటప్పుడు కౌలుదారులు మినహాయింపులు అడుగుతారు. ప్రతిసారి ఏదో ఒక కారణం చెబుతాడు.

“ఈసారి మన్నించాలి దొర.”

పాతాళం దాకా వంగి వాళ్ళు అర్థిస్తూ వుంటే శంకుమీనోన్ కాస్త ఆలోచిస్తాడు. ఖచ్చితంగా ముక్కు పిండి కౌలు వసూలు చేస్తే మాత్రం ఏవైనా ప్రత్యేక ప్రయోజనాలు ఉంటాయా? తన విధి కానీ, తరవాడు విధి కానీ తిరిగి రాయబడుతుందా? పోనీ కనీసం తను కానీ, తన తల్లి కానీ, తన సోదరి కానీ ఇప్పటికన్నా ఎక్కువ తినగలరా? అలా ఆలోచిస్తూ తర్కశాస్త్రపు చివర బిందువుకు తగిలి మనసు పకపకా నవ్వుతుంది. అప్పుడు ముఖం మీద కొంత గాంభీర్యం తెచ్చిపెట్టుకొని అంటాడు "ఊఁ... ఈసారికిలా కానీ."

నలుగురు సోదరుల అకాల మరణాంతరం కనబడని భయాందోళనలు అతన్ని వేధించాయి. తరవాడులో ఏవేవో జరగబోతున్నట్లు అనిపించింది. అమ్మాళు భర్తతో పోట్లాడి విడిపోయినందుకు అతనికి పెద్ద కారణమేమి కనబడలేదు. ఈమధ్య దేనికీ ఏ కార్యకారణ సంబంధం కనబడడంలేదు.

ఆడపిల్ల పుట్టినందుకు సంతోషించవలసినది ఆ కుటుంబం. అయినా మనసు లోని ఆందోళన అతన్ని సంతోషించనివ్వలేదు.

*

3

ఉత్తరం వేపు ఉన్న పెద్దహాలు, ఇంటి బయట వరండా అన్నిటినీ దాటుకుని పురిటిగదికి వచ్చింది అమ్మాళు అమ్మమ్మ. ఆమె కూడా అయిదుగురు అన్నతమ్ముళ్ళ మధ్య ఒకే ఒక ఆడపిల్లగా పుట్టి పెరిగినదే. ఏదో నిర్బంధపు ఆవర్తనతో ఆమెకు కూడా అయిదుగురు మగపిల్లల మధ్య ఒకే ఒక ఆడపిల్ల పుట్టింది. ఆమె అమ్మాళు తల్లి. ఆమెకి ప్రసవ సమయం వచ్చినప్పుడల్లా ఇంటివాళ్ళే కాదు, ఊరివాళ్ళు కూడా అదే ఆవర్తన గురించి ఎదురుచూశారు. శంకు మీనోన్ మొదలైన అయిదుగురు మగపిల్లలు పుట్టిన తరువాతనే అమ్మాళు తల్లి ఆడపిల్లని ప్రసవించింది.

ఈసారి అమ్మాళుకి మొదటి కాన్పులోనే ఆడపిల్ల పుట్టింది. తరతరాల నూలు పోగు తెగిపోకుండా గడిచినందుకు ఆ ఇంటిలో ఆనందించని వారెవ్వరుంటారు?

పురిటిగది నుండి ఆహ్లాదకరమైన స్వరాలు వినబడు తున్నాయి. ఒక నదిని ఆవహించే కడలి యొక్క దమరుకం మ్రోగించి పురిటిబిడ్డకు మంత్రసాని స్నానం చేయిస్తోంది. అర్ధ నిమీలిత నేత్రాలతో ప్రపంచంలోని ప్రతి వస్తువు పట్ల ప్రేమ పెరిగిన మనసుతో పడుకుంది అమ్మాళు. విషయం తెలిసి పిలిచినా పిలవకపోయినా వచ్చి అక్కడ పరిగెట్టి హడావిడి చేసే పనివాళ్ళు.

వంశదీపాన్ని మరో తరానికి అందించటానికి మేలేప్పు రంతరవాడులో అవతరించిన ఒక బంగారు బొమ్మ అమ్మాళు

వద్ద పడుకుని చిట్టి చేతులు, కాళ్ళూ కదుపుతూ ఆడుకోవడం చూసిన అమ్మమ్మకి తాను మృత్యు సొరంగం దాటి ఏదో పచ్చికపై చేరినట్టు తోచింది. ఆమె హృదయంలో ఆనందపు నీటిబుడగలు ఎగిరెగిరి లేచాయి.

ఇంత కాలమూ, ఒక ఆడపిల్ల పుట్టుక కోసం ఎదురుచూస్తూ మరణాన్ని వెనుకకు నెట్టేసి బ్రతుకుతోంది ఆమె. ఇప్పుడు ఆమెకు స్వస్థత చేకూరింది. ఇక తన శరీరాన్ని ఎండిన పుల్లలా విసిరిపారేయవచ్చునని అనుకుంది. నూతన శరీరాలతో నూతన పులకరింతలతో స్పందనలతో బ్రతకవచ్చు. యోనీనాళాలు దాటి మేలేప్పూరం వంశ యశస్సులో ప్రవహించవచ్చు.

ఎవరి దృష్టిలోనూ పడకుండా పురిటిగది మూలలో నిలబడిన అమ్మమ్మ హఠాత్తుగా స్పృహ కోల్పోయి కుప్పకూలింది. నేలకు ఒరిగి ముడుచుకుపోయిన ఆమె ఒక తెల్లవస్త్రపు మూటలా కనబడింది. అమ్మాళు తల్లి కాని, పనివాళ్ళు కాని వెంటనే ఆమెను చూడలేదు. కాళ్ళకు ఏదో తగిలినట్లై శంకు మీనోన్ భార్య వంగి చూసి గావుకేక వేసింది.

వెంటనే అందరూ కలిసి అమ్మమ్మను ఎత్తుకెళ్ళి ఉత్తరదిశగా వుండే గదిలో మంచం వేసి పడుకోబెట్టారు. అది అపశకునమేమోనని అనుకుంది అమ్మాళు తల్లి. కాని అమ్మమ్మ కళ్ళలో ఆనందపు ముత్యాలు మెరవడం చూసి ఆనందించింది. ఆ ముత్యాలు ఆమె కళ్ళ నుండి జారి సడలిన రొమ్ముల మధ్య నుండి ప్రవహించి నాభి నించి క్రిందకి ప్రవహించాయి.

జరిగిన వాటి అర్థబంధాల గురించి ఆలోచించకుండా శంకు మీనోన్ జాతకం గణించడం ప్రారంభించాడు. చాలా విచిత్రమైన గ్రహస్థితి. మళ్ళీ మళ్ళీ గణించి చూశాడు. ఎన్నిసార్లు గణించినా విధి నిర్ణయించిన ఆ ఒక్క చోటుకే చేరుతుంది.

అతని కళ్ళ నరాలు కొట్టుకున్నాయి. ముఖం మీద రక్తప్రసారం పెరిగింది. కళ్లు బయర్లు కమ్మినందువల్ల ఎదురుగా జ్వలించే దీపకాంతి పాలిపోయింది. గవ్వల సంచీని గట్టిగా విసిరిపారేసి ఒక తుఫానులా లేచి 'పత్తాయప్పుర' నుండి గబగబా మెట్లు దిగాడు. ఎట్టుకేట్టు దాకా నడిచి లోపల అడుగు పెట్టగానే ఆవేశానికి కళ్ళెం పడింది; కొంత శాంతించాడు.

శంకు మీనోన్ పిల్లని చూడడానికి అంత వెంటనే వస్తాడని ఎవ్వరూ అనుకో లేదు. మంత్రసాని, పనివాళ్ళు వెంటనే ఆవిరిలా మాయమైనారు. మెరిసే కళ్ళతో చూసే సోదరి చూపులకు తట్టుకోలేక అతడు ముఖం తిప్పుకున్నాడు. పురిటిగదిలో అలా నిలబడ్డాడు అతడు.

అమ్మాళుకు పుట్టిన పిల్ల మామూలు పురిటి బిడ్డల కన్నా రెండింతలు లావుగా ఎ(ర్రగా కనబడింది. మేనమామను చూసి నవ్వుతున్నట్లు కనబడింది. అప్పుడే పుట్టిన పిల్ల అనేదాని కన్నా అశ్లీలమైన ఒక నగ్నత ఆ పిల్లలో గోచరించింది, శంకుమీనోన్‌కు. పిల్లని (శద్ధగా చూస్తూ వుంటే అది రెండు కాళ్ళు బాగా ఎడం చేసి జలధారలా మూత్ర విసర్జన చేసింది. అతని ముఖం పాలిపోయింది. మూత్రబిందువులు శరీరంలో అక్కడక్కడ అంటుకొని ఉండిపోయాయి. గది నుండి బయటకు వచ్చిన తరువాత కూడా ముఖాన్ని, ఛాతీని కండువాతో వత్తుకుంటూనే ఉన్నాడు.

విధి నియోగాలు ఎంత ఖచ్చితంగా మొదలయ్యాయో శంకుమీనోన్ ఆలోచించాడు. (గహస్థితిని బట్టే ఫలితాలు ఉంటాయి. కానీ (గహస్థితి ఇలా వుందేంటీ? మేలేప్పు రంతరవాడలోని ముద్దుబిడ్డకి ఈ (గహస్థితి ఏమిటీ? జవాబులేని (ప్రశ్న అది. అతివృష్టి వల్ల ఎందరో చనిపోయిన వెంటనే అనావృష్టి వల్ల ఎండిపోతున్నారు కదా? ఇలాంటి (గహస్థితిలో అమ్మాళుకు ఒక బిడ్డ పుట్టిన విషయంలో కూడా ఇదే సూక్తి వర్తిస్తుందేమో!

పత్తాయప్పుర పైకెక్కిన శంకుమీనోన్ మళ్ళీ (గహాల కారాగారంలోకి వెళ్ళి పోయాడు. రాశిచక్రంలో నుండి గవ్వలు నవ(గహాలుగా సంచరించాయి. “జన్మదోషాలేవి లేవుకదా?” తన పెద్దకొడుకు అస్వస్థుడుగా ఉన్నాడని పసికట్టిన తల్లి అతికష్టం మీద మెట్లు ఎక్కి వెళ్ళి అడిగింది, “గుణించడం పూర్తి అయిందా?”

“పెద్ద దోషాలేం లేవు. ఏం జరిగినా మంచికే అవుతుంది,” ఎక్కువ వివరణ ఇవ్వకుండా అతడు తల్లిని పంపేశాడు. ఆలోచించీ, ఆలోచించీ బుర్ర పిచ్చెక్కినట్లైంది అతనికి. అప్పుడు తమాషాగా సంస్కృతంలోని కొన్ని బూతు శ్లోకాల్ని గొణుగుక్కుంటూ ఊరకనే పకపకా నవ్వాడు. ఏవేవో కళ్ళెదుట కనబడుతున్నట్లు, (ప్రతిసారీ నవ్వినప్పుడు నవ్వుల పోటుకు గుండె పగిలిపోతున్నట్లు– ఆ బాధ భరించలేనిదిగా మారినప్పుడు అతడు ముఖం నేలకి ఆన్చి బోర్లా పడుకున్నాడు. ఇలవేల్పును గట్టిగా పిలిచాడు.

మిట్ట మధ్యాహ్నపు ఎండ యొక్క సాంద్రతాభరితమైన భయంకర నిర్జీవత్వంలో మునిగివున్నాయి ఆ తరవాడు, పరిసర (ప్రాంతాలూ. అర్ధరాత్రి కన్నా నిర్జీవంగా వుంది అక్కడ వాతావరణం. ఇంటి లోపల ఉన్న నేలమాళిగ నుండి మొదలయ్యే మెట్ల మీదుగా పత్తాయప్పుర యొక్క నీడ నుండి అస్పష్టమైన పాద సవ్వడి మెల్లగా సాగింది. ఒక భయంకర ఆకారపు కదలికలు అందరూ గమనించారు. నిర్లక్ష్యంగా వదిలిన ముంగురులు గాలికి ఎగిరి మిట్టమధ్యాహ్నపు ఎండలో మెరిసాయి. బోర్లా పడుకొని ఉన్న శంకు మీనోన్ గుండె, ఇలవేల్పు పాదసవ్వడికి సమానంగా కొట్టుకుంది.

'అమ్మవారు కూడా కదిలారు.

అమ్మవారు కూడా కదిలారు.'

అతడు మనసులో గొణుగుకున్నాడు.

తన రొమ్ములు పీల్చి తాగి ప్రతి నిమిషం పెరిగే పిల్లని చూసి కంగారుపడింది అమ్మాళు. ఆపలేని జీవితావేశంతో తనలో నుండి ఈ పిల్ల బయటపడిన గతం మదిలో కదిలింది. ఆమె బుర్రలో సమయం ఓ నదీ ప్రవాహంగా కదిలింది. అనుభూతి దృశ్యాలు మళ్ళీ మనసులో కదిలాయి.

కొన్ని నెలల క్రితమే ఉండలేక తన పొట్టలో ఆ పిల్ల జరిపిన మల్లయుద్ధాలు, ఆత్మ హడలిపోయినట్లు అనుభవించిన గర్భం యొక్క మొదటి కదలిక, నెలసరి స్నానం తరువాత పదికొండో రోజు తనలోపల జరిగిన నిశ్శబ్ద భూకంపం, తన ఒంటి మీద పాకి పందిరి వేసిన మగవాడి క్షారగంధంతోపాటు ఏవేవో కురుస్తున్నాయి. ప్రతి అవయవమూ, ప్రతి కణమూ స్పృహ కోల్పోయి అతనికి బానిస అవుతోంది. బ్రహ్మాండమైన వెలుగును శిరస్సుపై మోసి వేలవేల కళ్ళతో వేలవేల తోకలాడించి వీర్యకణాల వ్యూహం తనలోకి కల్లోలమై ప్రవహించింది. తొలకరి జల్లుగా తుఫానుగా తనను తడిపి చివరికి ఒక నీడలా తన నుండి విడివడి వీడ్కోలు పలికి వెళ్తున్నాడు.

వెనక్కు పిలవకూడదని ముందే చెప్పాడు. దేశాటనం కోసం వెళ్తున్నాడట!

అతడు వెళ్ళిన తరువాత కూడా ఆ క్షారగంధం మొగ్గ తొడిగి చాలారోజులు తనలో నిలిచిందని తోచింది. స్మృతి యొక్క రసాయన విశ్లేషణ వదిలిన పొగగా అది ఆ తరువాత ఆత్మలో ప్రవేశించి నాచు కట్టింది.

తరవాడులోని స్పందనలు, విషయాలు ఎక్కడో ఎప్పుడో అతనికి విసుగు కలిగించినట్లున్నాయని అనిపించింది. అది ఎందువల్ల జరిగిందని కానీ ఎలా జరిగిందని కానీ తనకు తెలియదు. శంకుమీనోన్‌కు అతనికీ మధ్య ఏర్పడిన విభేదాలు ఇద్దరి ముఖాల మీద కత్తి గీతల్లా కనబడేవి.

అతడు తన ఆఖరి సందర్శనలో విసిరిన విత్తనమే పిల్లగా జన్మ ఎత్తినది. ఆ నాటి శారీరక కలయికలో ప్రేమ యొక్క వెచ్చదనంతో పాటు ఒక శాపం తాలూకు తీవ్రత కూడా ఉందని ఇప్పుడు అనిపిస్తోంది, అమ్మాళుకి. అంతా ముగిసింది అని ఒక గట్టి నిటూర్పు విడిచి, తలుపులు దగ్గరకు వేసి వెళ్ళిపోయాడు. ఆ తరువాత ఎవ్వరికీ కనబడలేదట అతడు!

అమ్మాళు కళ్ళ నుండి ప్రవహించిన కన్నీరుతో తన భర్త తిరిగి వస్తాడని అనుకున్న భారతప్పుళ వద్ద, కావేరి వద్ద, గంగానది వద్దకు వెళ్ళి వెతికింది. అనాథుల

అస్థికలు, కపోలాలు మాత్రమే కనబడ్డాయి. ఎత్తుగా గడ్డంతో కూడిన ఆ రూపం తను అందుకోలేని దూరానికి వెళ్ళిపోయిందని అనుకుంది.

ఇక అతడు తిరిగిరాడు–

ఊటబావిలా కన్నీరు పొంగుకు వచ్చే అమ్మాళు కళ్ళలో వెచ్చదనం పెరిగి కన్నీరు ఆవిరైంది. మేలప్పురం తరవాడు బాధతో ఉడికింది. స్థన్యం తాగే పిల్ల రొమ్ము నుండి పెదాలు తీసి గుక్కపెట్టి ఏడ్చింది. పనిపిల్లలూ, అమ్మాళు తల్లీ పరిగెత్తుకొచ్చారు. తన ఇంటికి బయలుదేరిన శంకుమీనోన్ భార్య వెనక్కు వచ్చింది. మసక నిద్రలో వున్న శంకుమీనోన్ లేచి పత్తాయప్పుర నుండి దిగాలా అని ఆలోచించాడు. జననమరణాల గుహల్లో ప్రయాణిస్తున్న అమ్మమ్మకు స్పృహ రాలేదు. మెల్లగా కొట్టుకునే గుండెతో మంచంమీద ఎండిన కొయ్యలా పడి వుంది.

*

ఎల్.ఆర్. స్వామి

4

గ్రహస్థితుల ఆకస్మిక పరిణామాలే మేలేప్పురమనే తరవాడు పుట్టుకకు కారణం. అలనాటి ఆకస్మిక పరిణామాలు తరవాత పురోభివృద్ధికి దోహదం చేశాయి. శంకుమీనోన్ తరానికి అయిదు తరాల ముందు జరిగింది అది.

జీవితం మీద గ్రహస్థితుల ప్రభావం గురించి బాగా గ్రహించిన ఒక పండిత బ్రాహ్మణుడు తన భవిష్యత్తు గురించి ఒక పుస్తకం చదివినట్లు తెలుసుకున్నాడు. ముప్పది రెండో ఏట భ్రష్టుడయే యోగముందని తెలిసి, దాని నుండి తప్పించు కోవడానికి ప్రయత్నించకుండా తలవంచడమే మంచిదని అనుకున్నాడు.

సంక్షోభ క్షణాలు రావటానికి కొన్ని రోజుల ముందే వాటి సంకేతాలు ప్రారంభమయ్యాయి. నీచులతో సంపర్కం, మానసిక చాంచల్యం వగైరాలు చెడురోజుల్లో సంభవిస్తాయని శాస్త్రం చెబుతోంది. శత్రుగ్రహాల దెబ్బకు చివరికి సమాజ బహిష్కారానికి గురి కావచ్చు కూడా. వేద విధులు ఖచ్చితంగా పాటిస్తూ కాలం గడిపే ఆ బ్రాహ్మడు తన భవిష్యత్తు గురించి కంగారు పడ్డాడు. ఆ 'తిరపల్లి నంబూద్రి' అయిన అతనికి దేవుని సేవయే కుల ధర్మం. తనకి తన కుటుంబానికే కాకుండా సమాజం కోసం సమస్త ప్రపంచం కోసం కూడా దేవుణ్ణి ప్రార్థించటం అతని కులవృత్తి. అంతేకాదు, భౌతిక ప్రపంచంలో బ్రతికేవారి కోసం శాస్త్రోపదేశాలు, యజ్ఞాలు నిర్వహించడం కూడా అతని పనియే.

కులధర్మపు బాటపైన తప్పటడుగులు వెయ్యకుండా సంచరించే తన మీద కూడా గ్రహాలు ఇలా ప్రవర్తిస్తున్నాయేమిటని ఆశ్చర్యపోయాడు. ఆలోచిస్తూ వుంటే కంగారు పుట్టుకొచ్చింది.

తను అనుభవించబోయేది ఊరివాళ్ళకు తెలియకూడదని అనుకున్నాడు. గణించిన సమయం కన్నా ముందే ఇంటి నుండి బయటపడ్డాడు.

ముదురు నీలిరంగుతో ఉండేది ఆ రాత్రి. అర్ధరాత్రి వేళ– నిశా సౌందర్యం ఆస్వాదిస్తూ భారతప్పుళలో ఒంటరిగా ప్రవహించాడు. మలినయై వివస్త్రగా మారిన నదిని దూరాన తన చేతుల్లోకి తీసుకుంటుంది ఆకాశగంగ. తను ప్రవహించే ఓడకి సమాంతరంగా ఆకాశాన ఒక మబ్బు తునక దారి వెతుకుతుంది. నేస్తంలా ఆ మబ్బు తునకను అనుసరించి ప్రవహించాడు అతడు. నల్లగా బొద్దుగా ఉండే ఒక పెద్ద మేఘం మీద అంటుకొని అది విలీనమైనప్పుడు తన ఒంటరితనం గుర్తుకొచ్చింది అతనికి. అస్వస్థత అనిపించింది. చేదు కషాయంలా నది నల్లగా కనబడింది. భూమిపై నిర్మానుష్యపు చిక్కని చలి!

తెప్ప తీరం చేరాక వెలుగు కోసం వెతుకుతూ తిరిగాడు అతడు. అసలేమి తెలియని ప్రదేశం– ముద్దుముద్దుగా పలకరించిన నది ఎక్కడికో తీసుకొచ్చేసిందని తెలుసు కున్నాడు. ఆకాశంలోని నేస్తం కూడా కనబడలేదు. వెలుగు, మనుష్యుల అలికిడి ఉండే ఒక పాకైనా కనబడుతే బాగుంటుందని అనుకున్నాడు. రాలే ఆకుల్లా చలిపొరలు శరీరం నుండి రాలిపడ్డాయి.

అక్కడ... అక్కడ దూరంగా చెట్ల మధ్య నుండి పసుపు ఎరుపు కలిసిన ఒక చిన్న వెలుగు కనబడింది. వంగి చూస్తే వెలిగించిన నూనెదీపమది– కాని తలయెత్తి చూస్తే అదృశ్యమైంది. దోబూచులాడుతున్నట్లు– ఇదేమిటీ? తలవంచే దీపం అదని విషయాలు అట్టే పట్టుకునే వాడైనా అతడు, అప్పుడు గ్రహించలేకపోయాడు.

పట్టుదలతో ఆ ఎర్ర వెలుగు వెతుకుతూ నడుము వంచి పాకాడు. అతడు తను ఎందువల్ల ఇల్లు విడిచి వచ్చాననేది మరిచిపోయాడు. అక్కడ మనిషి వాసన ఉందని నిర్ధారణ చెయ్యాలనే ఆత్రుత అతనిది.

నల్లని పొగ కక్కుతూ వెలిగే ఆ ఎర్రటి వెలుగు ఒక కమ్మరి ఇంటి వరండాలోని దీపం నుండి వస్తూ వుంది. కమ్మరి కోసం ఎదురుచూసే దీపం వెలుగుతూనే ఉంది. వెలిగి వెలిగి కొండెక్కుతోంది. మందు కొట్టినందువల్ల ప్రపంచమంతా స్వర్గంగా మారి నందువల్ల కమ్మరికి పాక చేరడానికి సమయమూ పాడూ ఉండేది కాదు. పాక చేరాలని కూడా అనిపించేది కాదు. ఎక్కడో గతుకు రోడ్డు మీద పడి నిద్రపోతాడు. లేకపోతే

అప్పుడప్పుడు తూలుతూ తూలుతూ వచ్చి ఇంటి అరుగుమీద చతికిలబడతాడు. ఎదురు చూసి ఎదురుచూసి విసిగిపోయి అలసిపోయిన కమ్మరి పెళ్ళాం అస్వస్థ నిద్రలో తొలిగిన దుస్తులతో అర్ధనగ్నంగా పడుకొని ఉంటుంది. స్వప్నాలలో విహరించే ఆమెకు హఠాత్తుగా భరించలేనంత పురిటి నొప్పి అనిపించి మెలుకువ వస్తుంది. అప్పుడు తెలుసుకుంటుంది అసలు సంగతి– మూత్రసంచి నిండిన నొప్పియే అదని. మూత్ర విసర్జనకు వెళ్ళి వచ్చాక కమ్మరి కనబడలేదని కంగారుపడుతుంది.

ఒక నీడలా కమ్మరి ఇంటి అరుగుమీద పడి ఉండటం గమనిస్తే ఆమె లోపలకు వెళ్ళదు. అతన్ని కౌగలించుకొని పడుకుంటుంది. అలా పడుకునేటప్పుడు కమ్మరికి మెలుకువ వచ్చి ఏదైనా అల్లరి చేస్తే ముందు కొంత బెట్టు చేసి తరువాత సంతోషంగా వొగ్గుతుంది. ఇది రోజూ జరిగేదే.

వెలుగూ వెచ్చదనమూ వెతుకుతూ నడిచే నంబూద్రికి కమ్మరి ఇంటి అరుగు వద్దకు చేరగానే బాగా అలసట అనిపించింది. తను గొప్ప బ్రాహ్మణ వంశానికి చెందిన వాడిననే సంగతే మరిచిపోయాడు. దీపం దూరంగా జరిపి వెల్లకిల పడుకున్నాడు. దగ్గరలోనే మనిషి ఉన్నాడనే ఆలోచనవల్ల ధైర్యంగా నిద్రపోయాడు.

ఆకాశమంతా పరుచుకుని ఉన్న వేలాది చిన్నచిన్న నక్షత్రాల వెలుగు కొబ్బరాకుల సందుల్లో నుండి ప్రసరిస్తోంది. క్రింద చీకటిలో పడివున్న భూమి యొక్క దుఃఖం ఆకాశాన్ని చూసి నిట్టూర్పుయి విడుస్తోంది. నదిలో కదిలే అలల సవ్వడి ఒక దుఃఖ తాళంగా మారింది.

సన్నటి మంచు పొరలను పట్టుకొని క్రిందకి దిగేది ఎవ్వరూ? భూమిని సాంత్వన పరచడం కోసం ఆకాశం నుండి స్వర్గదూతలు దిగి వస్తున్నారా ?

భరించలేని పురిటినొప్పి వస్తున్నట్లు కల కని కమ్మరిది లేచి మూత్ర విసర్జన చేసి వచ్చేటప్పుడు ఎప్పటిలాగే అరుగుమీద అతడు పడుకుని ఉన్నాడు. దగ్గరకు చేరి కౌగలించుకొని పడుకుంది. హఠాత్తుగా మెలుకువ వచ్చిన నంబూద్రి కౌగలి నుండి తప్పించుకోవటానికి పెనుగులాడినప్పుడు అవయవాలన్ని ఒకరివి వేరొకరికి తగిలి శరీరంలో స్పర్శించని చోటంటూ మిగలలేదు. మైథునం జరగకపోయినా, జరిగిన ఫలితమే! అతడు ఆలోచించలేదు. పారవశ్యంతో ఉన్న నల్లని భారతప్పుళను ఆకాశగంగ చేతులు జాపి అందుకునే చిత్రం మనసులో నిండింది.

అంతకు క్రితం అనుభవించిన సుఖానికి అతీతమైన ఏదో సుఖం ఆనకట్టలు తెంచుకొని తనలోకి ప్రవహిస్తూ ఉంటే కమ్మరిది కంగారుగా కళ్ళు తెరిచి చూసింది.

మగతనానికి పర్యాయపదం లాంటి ఒక దీర్ఘకాయం తనలోకి ప్రవేశిస్తున్నది. ఇనుము కన్నా గొప్ప లోహాలు ఆమె అంతవరకు చూడలేదు, పాపం! భయంతో భక్తితో ఎవరని అడిగింది.

"ఏమీ అడగవద్దు, అసలు భయం వద్దు. నీకో గొప్ప కొడుకు పుడతాడు."

ఆ దీర్ఘకాయుడు ఆ మాట చెప్పి వెళ్ళిపోయాడు. పాకలోని వెదురు స్తంభానికి అంటుకుపోయింది కమ్మరిది. పాలిపోయే నీలిమలోకి తెప్పు దింపే నంబూద్రిని చెట్ల మధ్యనుండి చూసి భారతప్పుళకు మహాసాగర గాంభీర్యముందని కమ్మరిదానికి తోచింది.

మంచుపొరలు పట్టుకొని నేలకి జారిన స్వర్గదూతలు గబగబా ఆకాశంలోకే పాకారు. సంపద యొక్క ఆట వస్తువులన్నీ మూటకట్టి నక్షత్రాలు వెనక్కు వెళ్ళిపోయాయి. భూమి మాత్రం లయబద్ధంగా నిట్టూర్పులు విడుస్తూనే ఉంది.

*

ఎల్.ఆర్. స్వామి

5

కమ్మరి చాలా పని ఒత్తిడిలో ఉన్నాడు. అప్పుడు మొదలైనాయి కమ్మరిదానికి పురిటి నొప్పులు!

బొత్తిగా శరీరంలోని ఒక బాహ్యవస్తువులా తయారైన గర్భం కొన్ని రోజులుగా ఎప్పుడైనా జారి క్రిందపడవచ్చుని అనిపించేది కమ్మరిదానికి. పురిటినొప్పి మొదలవగానే ఆమె ఎవ్వరికోసం ఎదురుచూడకుండా కన్నది. మెరిసే బంగారంలాంటి బిడ్డని కని పక్కకు జరిపి మోకాళ్ళ మీద పాకి వెళ్ళి కమ్మరివాడ్ని పిలిచింది. అతనికి ముందు ఆ పిలుపు వినబడలేదు. ఆ తరువాత పనిముట్లు పక్కకు జరిపి మసి నిండిన శరీరంతో ముందుకు వెళ్ళి తలుపు వెనుక దాగి తొంగిచూశాడు.

మంటలో కాల్చిన ఇనుము కన్నా వెలుగుతున్నాడు బిడ్డ. బంగారం చూసిన కమ్మరి అపరిచితుడిలా ముఖం తిప్పాడు. ఏమీ అనలేదు. తన కొలిమికెళ్ళి పని కొనసాగించాడు. భారతప్పుళ సముద్రంగా మారడం గురించి ఆ సముద్రంలో ఒక సూర్యుడు ఉదయించడం గురించి ఆలోచిస్తూ పడుకుంది కమ్మరిది.

తన పాకలో ఒక పిల్లాడు పెరుగుతున్నాడనే విషయమే గమనించలేదు కమ్మరి వాడు. ముందురోజు తాగిన సారాయి ప్రభావం నుండి బయటపడే ప్రభాతవేళల్లో మహా తేజస్వి అయిన ఆ పిల్లాడు అతని దగ్గరే నవ్వుతూ ఆడుకుంటూ

ఉంటాడు. అది చూసి విశ్రాంతి చెంది స్థలకాల జ్ఞానం కోల్పోయేవాడు. తను ఎక్కడ ఉన్నానని కూడా గుర్తించుకోలేకపోయేవాడు.

ఉన్నత కులజాతుడైన ఆ పిల్లాడు కమ్మరి పెళ్ళాం ఒంటి మీదెక్కి ఆడుతూ వుంటే తన పెళ్ళాన్ని కూడా పోల్చుకోలేకపోయేవాడు. అలాంటి సమయాల్లో వెంటనే కొలిమికెళ్ళి తుక్కుపట్టిన నల్లని ఇనుము తీసి పని మొదలుపెడతాడు. అది ఒకటే అతనికి ఉపశమన మార్గం. తన సత్తువను తిరిగి తెచ్చుకునే మార్గం.

కమ్మరికి ఇల్లూ, పరిసర ప్రాంతాలు దుర్భరంగా అనిపించసాగాయి. ఆ బ్రాహ్మణ బాలునికి జన్మద్యోతశక్తులు దిశానిర్దేశం చేశాయి. తన కలల శిఖరాగ్రంలో అందిన నిధిగా కమ్మరిది పిల్లాడిని ఆరాధించింది. అతని ఎర్రగా బుర్రగా ఉన్న శరీరాన్ని చూస్తూ నిలబడింది. ఆశ్చర్యంతో ఆ లేత శరీరం పై దృష్టి వుంచి అవతల భాగం చూడడానికి ప్రయత్నించింది.

భారతప్పుళ పెద్ద సముద్రమైంది. తన ఫల ప్రధానం స్వర్గసీమల్లో జరిగినది. తన కులం తాలూకు నిమ్న ఆలోచనలు గాల్లో కలసిపోయాయి; ఆమెకు పిల్లాడి సాన్నిహిత్యంలో. వాడ్ని తిట్టడం ఆమెకు ఊహాతీతం.

తెల్లవారకముందే భారతప్పుళ యొక్క రక్తనాళాల్లో ఈదే పిల్లాడు 'శాస్తా' యొక్క హృదయ క్షేత్రం నుండి తిరిగి వచ్చినప్పుడు రాత్రి అవుతుంది. అంతవరకు దగ్గరలో ఉండే అగ్రహారాల్లో తిరిగి బ్రాహ్మణ బాలకులతో స్నేహం చేసేవాడు.

జాతిమతాల సరిహద్దులు దాటిన వారిని ఆ కాలంలో శిక్షించేవాడు సామూద్రి మహారాజు. అలాంటి రోజుల్లో కమ్మరి కుర్రవాడు బ్రాహ్మణ బాలకులతో సహవాసం చేయడమంటే మాటలా! అంతేకాదు ఆ కమ్మరి కుర్రవాడు స్వయంగా పురాణాలు తత్త్వమీమాంసలు కూడా నేర్చుకోవడం కంగారు కలిగించిన విషయం. ఎంత గట్టి మూసలో పోసిన సమాజంలోనైనా రంధ్రాలు ఏర్పడానికి కారణం ఆ సమాజంలో పుట్టిన పెద్దవాళ్ళే కదా!

అయ్యప్పక్షేత్రానికి ఆనుకొని పడి వుండే భారతప్పుళ ఒకరోజు పోటుకు గురైంది. సంవత్సరాల తరువాత అక్కడికి మళ్ళీ చేరుకున్న ఒక బ్రాహ్మణుడుకి తన గుండె పొంగి పొరుతుందని తోచింది కాని కారణం తెలియలేదు. గాలిలో ఎగిరే రాలిన మర్రాకులు నేల చేరడానికి పోటీపడుతున్నాయి అయ్యప్ప దర్శనం ముగించి మర్రిచెట్టు క్రింది మట్టిగట్టుపై నిలబడినప్పుడు ఆ ముసలి బ్రాహ్మడు ఒంటి పైకి వేల వేల ఎర్ర చీమలు పాకాయి. అతడు జరిగి మరోవైపు తిరగగానే కనబడ్డాడు, గొప్ప తేజస్సుతో కూడిన ఒక యువకుడు.

గ్రహాలు తనను తన పంట అందుకోవడానికి అక్కడకి పంపాయి అనేది ముసలి వాడికి తెలియలేదు. యువకుడుని పలకరించి వెనక్కు తిరగగానే గుడిలోని పూజారి అతన్ని తన ఇంటికి భోజనానికి ఆహ్వానించాడు. తనకూ భవిష్యత్తు గురించి కొంత తెలుసు అని నిర్ధారణ చెయ్యాలని ఆ యువకుడు ఇలా అన్నాడు.

"భోజనంలో పరమాన్నం ఉంటుంది."

అనుభవించవలసివన్ని ఖచ్చితంగా అనుభవించిన వాడైన, జ్ఞాన సంపన్నుడైన ముసలివాడు ఊరుకుంటాడా?

అతనన్నాడు, "పరమాన్నం ఉంటుంది. కాని అది మాడి ఉంటుంది."

అతడు చెప్పినట్టుగానే పరమాన్నం మాడి ఉంది. ఆశ్చర్యంతో చిత్తైన యువకుడు వినమ్రంగా ముసలివాడి ఎదుట తలదించి నిల్చున్నాడు.

ఆ యువకుడ్ని వాత్సల్యంతో చూశాడు ముసలి బ్రాహ్మణుడు. ఆ యువకుని కళ్ళలో ఒక ఎర్రని కాంతి- అతడు ఆశ్చర్యబోయాడు. అలా చూస్తూ ఉంటే పచ్చి ఇనుము తాలూకు వాసన- చలిపొరలు రాలి పడుతున్నాయి. భూమి విడిచిన నిట్టూర్పులు నురగలు నురగలుగా పొంగుకు వచ్చాయి. చివరికి వ్యధ అంతా కక్కిన భారతప్పుళ అలసటతో ఎండి నిశ్చలమవుతోంది.

పరస్పరం మార్చుకున్న భూతకాలపు ప్రపంచంలో వారు సర్వం మరిచి నిలబడి పోయారు. సొంత కొడుకు ముందు నేరం ఒప్పుకోవడంవల్ల కావచ్చు ముసలివాడికి బాగా నీరసం అనిపించింది. వణికే చేతులతో యువకుడి చేయి గట్టిగా పట్టుకున్నాడు.

నదిలో పోటు తగ్గగానే ఇద్దరూ నది దాటారు. ప్రవాహాన్ని కోసి వేరుచేసిన ఆ యాత్ర తరవాత ఇద్దరూ అలసిపోయి ఇసుకలో కూర్చున్నారు.

"ఇక నువ్వు ఆవలి తీరానికి వెళ్ళకూడదు," తండ్రి చెప్పాడు.

అర్థాంగీకారంగా తల ఆడించిన యువకుడు, నదిలో దిగి మునిగి వచ్చాడు. జలరేఖల ద్వారా భారతప్పుళను దర్శించాడు. ఆవలి తీరాన నీడలు నల్లగా మారుతున్నాయి. తర్పణం విడిచి వెనక్కు వచ్చేవాడి ముఖంలా అతని ముఖం ఉబ్బింది. ముఖం మీదుగా పారే నదీజలానికి ఉప్పు రుచి ఉన్నట్లు తోచింది. "ఐశ్వర్యానికి గత కాలపు ఆలోచనలు ఉండవు. నువ్వు నది దాటి వచ్చినవాడివి."

ముసలివాడు మళ్ళీ ఆ మాట చెప్పటం విని మొద్దుబారిన శరీరంతో మాట్లాడకుండా అలాగే నిలబడ్డాడు యువకుడు.

పితృత్వపు గుడ్డితనంతో అర్థసత్యాలు పలకడానికి వెనకాడలేదు ముసలి బ్రాహ్మణుడు. కమ్మరిశాలలోని కుర్రవాడ్ని ఉన్నత కులస్తుడిగా సాముద్రి మహారాజుకి

పరిచయం చేశాడు. వేదశాస్త్రాల్లో నిష్ణాతుడని అగ్రహారాలు కానుకలుగా అందించాయి. చాలాదూరంలో ఉన్న ఒక గొప్ప నాయర్ కుటుంబంలోని పిల్లని 'సంబంధం' చేసుకున్నాడు. రెండంతస్తుల మేడ కట్టాడు.

అలా ఉదయించింది ఒక కొత్త జమీందారి. అదే మేలేప్పురంతరవాడ. ఆ తరవాడకు చెందిన గొప్పవారైన మీనోన్‌ల చరిత్ర అది.

నదికి ఆవలి తీరాన కొన్ని పాత నల్లని నీడలు మాత్రం మిగిలాయి. ఆ నీడల్లోని ఒక నీడ మాత్రం కొంతకాలం గొంతు చించుకొని అరిచి నడిచింది. మహాసాగరంలా ప్రవహించిన భారతప్పుళ కమ్మరిదానికి మాత్రం ఒక కాలువ అలా బక్కచిక్కినట్లు కనబడింది. అమావాస్య చంద్రుడు మాత్రం అందులో ఉదయించి అస్తమించాడు. పురిటి నొప్పులు వస్తున్నట్లు కలలు కని కంగారుగా లేచినప్పుడు కమ్మరిది కొడుకు కోసం వెతికింది. మళ్ళీ నిద్రలోకి జారగానే గర్భపాత్ర నష్టపోయిందనే పీడకల వచ్చి భయపడి లేచేది. కమ్మరివాడు, కమ్మరిది ఒకరినొకరు పోల్చుకోలేని స్థితికి చేరారు. రెప్ప వాల్చకుండా మిట్ట మధ్యాహ్నపు సూర్యుని చూస్తూ నిలబడే పిచ్చి పాకింది ఆమెకు.

కమ్మరిశాలలోని పనిముట్ల సవ్వడికీ కమ్మరివాడి దగ్గుకీ తేడా తెలియకుండా పోయిన ఒక సందర్భంలో నెత్తురు కక్కి నేలకు ఒరిగాడు కమ్మరివాడు. భారతప్పుళ మీద వుండే జలవిస్తృతిలోకి ఏదో మంత్రశక్తి ఆవేశంతో పరిగెత్తే కమ్మరిదాన్ని చూసి జనం హడలిపోయారు 'నీచుల' (తక్కువ కులస్తుల) భోగభాగ్యాలు అలానే ఉంటాయేమో!

*

ఎల్.ఆర్. స్వామి

6

'తల్లి పురిటి మంచం నుండి లేచింది; తల్లితో పాటు పురిటి బిడ్డ కూడా లేచింది' అనే రీతిలో ఉండేది అమ్మాళు కూతురి సంగతి. నిమిష నిమిషానికి ఎదగటమే! కాత్యాయని అని పిలిచింది పిల్ల తల్లి. కార్తి అని స్వయం పిలుచుకుంది పిల్ల. ఆ రెండు పిలుపుల మధ్య ఎన్నో రోజుల తేడా లేకపోవడం శంకుమీనోన్ని ఆశ్చర్యపరిచింది. అస్వస్థ జ్ఞాపకాల్లో మునిగి ఈదింది అతని మనసు.

'కలరా' వల్ల చనిపోయిన అయిదుగురి శవాలు 'తరవాడు' హాలులో వరసగా పేర్చినప్పుడు జరిగింది ఆ ఎదుగుదల యొక్క విస్ఫోటనం. శంకుమీనోన్ నలుగురు సోదరులు ఒకరు తరువాత ఒకరు చనిపోయారు. ఒక్కొక్క మరణం జరిగినప్పుడూ ఇంటి పెరడులో వృక్ష లతాదుల విరగపూత...!

పనస, మామిడి, కూరగాయలు వగైరాలు విరగ కాసాయి. విసిరిపారేసిన కూర గాయల విత్తనాలు నాలుగో రోజే మొలకెత్తాయి. ఋతు భేదాలు మరిచి లతలు, తరువులు పూత తొడిగాయి. వాటిని ఒక మహా వినాశనానికి నాందిగా పరిగణించాడు శంకుమీనోన్. కోపం భరించలేక అప్పుడప్పుడు బుట్టల కొద్దీ కూరగాయలు ఇంటి పెరడులో పాతిపెట్టాడు. మిగిలినవి ఉడతలు, పిట్టలు తిన్నాయి.

కొన్ని సంవత్సరాల వార్ధక్యం ఒక వారం రోజుల్లో శంకుమీనోన్ ముఖం మీద గూడుకట్టింది. ఒక శవ సంస్కారం

చేసి వచ్చేటప్పటికి, మరొక్కటి తయారుగా వుండేది. నలుగురు సోదరుల శవసంస్కారం చేసిన తరవాత అతడు ఇంటి గేట్లు దాటాడు.

శంకుమీనోన్ ఆ ఊరి మునిసిపు. ఆ పొగరు ప్రదర్శించడానికి మైలరోజుల్లోనూ ఇంటిలో కూర్చోక బయటకు వచ్చాడని జనం చెవులు కొరుక్కున్నారు. తను మేలుకొని ఉండే నిమిషాలను ఔద్యోగిక చర్యలకు సమిధగా అర్పించాలనేది అతని ఉద్దేశ్యం.

ఈస్టు ఇండియా కంపెని వారి కొత్త చట్టానుసారం పన్నుల సవరింపులు అమలు పరిచేరోజులవి. ఏ మొహమాటానికి పోకుండా నిష్పక్షపాతంగా తన బాధ్యతలను నిర్వహిస్తున్నాననే నమ్మకముండేది అతనికి. కాని ఎప్పుడో ఎక్కడో నిష్పక్షపాతంగా వ్యవహరించడంలోని అర్థరాహిత్యం బయటపడింది. అందువల్ల మునిసిపు పని ఒక శాప గ్రంథిలా మనసులో విషం చిమ్మింది.

పక్క ఊరిల్లో మునిసిపులు ఏం చేసినా, చేసిన వాటిని ఒకే ఒక మాటతో సమర్థించేవారు– "ఇది దొర ఆజ్ఞ, కంపెనీ వారి చట్టం."

దొరగారి చట్టాలు సహాయం అందించని సందర్భాలు అతని అనుభవంలో ఉండేవి.

ఇంటిలో పడకకుర్చీలో పడుకుంటే ఒంటరితనం కమ్ముకొస్తుంది. అక్కడ వందలకొద్దీ ప్రశ్నలు చుట్టూ నిలబడి అతన్ని పొడుస్తాయి– తప్పు ఒప్పులు చేతికందని నేరస్తులుగా మారి జారిపోతుంటాయి. జవాబులేక కంగారుపడే సమయల్లో తాను దొంగేమోననే కోపం పెరుగుతుంది. ఏ రోజు పనులు ఆరోజే మంచుచెడులుగా విడదీస్తే అంతా చెడు వైపే ప్రవహిస్తుంది.

చెప్పలేని దుఃఖపు లోతుల్లోకి జారుతుంది అప్పుడు అతని మనసు. ఈ పనుల్లో భాగం పంచుకోవటమెందుకు? మంచిది కాదని తెలిసిన పనులు చెయ్యడం కోసం మనస్సూ శరీరమూ వినియోగించడం ఎందుకు? ఎంతో గొప్ప పేరు ప్రతిష్టలు సంపాదించిన నలుగురు సోదరుల గతి ఏమైంది? టైం ప్రకారం భోజనంలా వాళ్ళ వాళ్ల శవాలను తనకు అందించింది కదా, మరణం!

ఉత్సాహరహితమైన ఆ నిమిషాల్లో దొర గొప్పతనమంతా వుత్త నీటిబుడగలని అనిపిస్తూ ఉంటుంది అతనికి. ఇంత గొప్పగా చెప్పుకుంటున్న దొరగారి నిష్పాక్షికత ఏంటీ? సొంత స్వార్థంతో జట్టుకట్టి మిగతా వాటిలో నిష్పాక్షికంగా ఉండటమేగా? దొర స్వార్థానికి చట్టాలనే రూపు ఇచ్చి మేం పన్నులు వసూలు చేస్తున్నాం. ఎక్కడైనా తక్కువ అయితే ప్రపంచమంతా దద్దరిల్లే విధంగా కోపంతో అరుస్తాడు.

ఆర్థికస్తోమత తక్కువగా వుండే కుటుంబాల్లోని మహిళలు దయ చూపమని ప్రార్థిస్తూ కలెక్టరు బంగ్లా చేరుతారు. వారికి తోడుగా నిలవాలి మునిసిపులు. దొర ఏం చేసినా గొప్ప పనియే కదా!

ఒంటరితనం బోనులో నించోపెట్టి విచారణ చేసేటప్పుడు మనసు బాగా ఆందోళన చెంది ఉద్యోగ బాధ్యతలు మౌనంగా నిర్వహించినా ఒక మందు పాతరగా మారాడు. లోపల దాగివున్న మందుగుండు గురించి భయపడేవాడు, అధికారులతో మసలేటప్పుడు!

కలెక్టరు బంగ్లాలో ఒక భీకర విస్ఫోటనం జరగవలసినదే. 'కుంచిడి' అనే ఊరు నుంచి వసూలు చేసిన పన్ను గురించి మాట్లాడి మాట్లాడి దొర బూతుమాటల్లోకి దిగాడు. ఇతన్ని... మాట్లాడే దొర పెదవులు మద్యం మత్తులో వొదులైనాయి. చైతన్యం కోల్పోయి, కనుగుడ్లు నీలి సంద్రంలో మునిగాయి.

కుంకుమ జల్లిన తెల్లని మెడ మీదకు అతని నల్లని చేతులు పాకాయి. కాని అతన్ని ముట్టుకోవడానికి అసహ్యం వేసినట్లు చేతులు హఠాత్తుగా వెనక్కు వచ్చాయి. తిరిగి చూస్తే కనబడినదేంటీ? తన తాతముత్తాతల శృంఖలాలు, హింసా వ్యతిరేకుల శృంఖలాలు అతన్ని హింస నుండి వెనక్కు లాగి పారేస్తున్నాయి.

ఆ తరువాత కోపం ప్రదర్శించే మార్గాలు మారాయి. అవి ఆధ్యాత్మిక తలాలకు వెళ్ళాయి. తన కర్మలనూ, ఇతరుల కర్మలనూ ఇలవేల్పు అమ్మవారి ముందుంచి ఆలోచించాడు. ఆసక్తిరాహిత్యపు సూక్ష్మోపకరణాలతో దారాలు విడతీసి చూసినప్పుడు సమస్య మరికొంత జటిలమైంది. దొర కర్మల నుండి వొలిచి తీసిన భావాలు తన హృదయంలో కూడా దాగి ఉన్నాయని తెలుసుకున్నాడు.

తరవాత అసలు ఆలస్యం చేయలేదు, తన రాజీనామా వేలాయుధం ద్వారా కలెక్టరుకి అందించాడు.

మానవ కర్మాల మూలస్థానం వెతికిన తను ఈరోజు ఎక్కడకైనా చేరాడా? కాత్యాయని ఎదుగుదల గురించి ఆలోచించడం ప్రారంభించగానే సోదరుల మరణం మొదలుకొని జరిగిన ఒక్కొక్క సంఘటన అతని మనసులో కదిలింది.

పొలాల్లోనూ, కౌలుదారుల గుడిసెల్లోనూ తిరిగి వచ్చే అతని ముఖం మీద జ్ఞాపకాల అవశేషాలు నురగలు చిమ్ముతూ పైకి పొంగాయి. వందలకొద్ది సూర్య బింబాలను ప్రసవించే ఎండ యొక్క యవ్వనం వుత్త వెన్నెలలా తోచింది అతనికి. పెదవుల్లో వినబడిన సణుగుడుతో అర్థమవని వేళ్ళ కదలికతో వాకిటిలోకి దూసుకు వచ్చాడు అతడు. హాలులోని పడకకుర్చీలో నడుం వాల్చాడు. స్వేదబిందువుల ముత్యాలు అతని ఒంటి నుండి జాలువారాయి.

రామబాణ పూలచెట్లు, మామిడిమొక్కలు సరిహద్దులుగా నిలిచే విస్తృతమైన ఇంటి వాకిలి శంకుమీనోన్ నడిచిన వచ్చిన దారి. ఇంటి ముందు నుండి పొలాల మధ్యకు వెళ్తుందది. ఆ దారికి ఇరువైపుల మూడేళ్ళకే కాసే మామిడి మొక్కలు వరసగా ఉన్నాయి. ఎదిగిన కొమ్మలతో అది పందిరి వేస్తోంది. ఆ దారి చివర పొలాలని వీక్షిస్తూ ఒక పెద్ద భవంతి. ఇల్లు బాగా ఎత్తైన చోట ఉండటంవల్ల పొలం గట్టు మీదుగా వచ్చే వారిని దూరం నుంచే గమనించవచ్చు. దారి పొలాన్ని కలిసేచోట వారగా ఒక పెద్ద నేరేడు చెట్టు ఉంది.

ఆ దారి కాకుండా ఇంటి ముందు నుండి ఉత్తరం వైపు ఒక చిన్న దారి వెళు తుంది. అది తిన్నగా వెళ్ళి స్నానాల ఏరు వద్ద ఆగిపోతుంది. ఏటికి చుట్టూ ఎత్తుగా రాళ్ళతో కట్టిన గోడలు ఉన్నాయి. ఆ దారికి ఇరువైపుల, సరిహద్దుల్లో మల్లెతీగలు, మందార మొక్కలు పెనవేసుకొని ఉంటాయి.

అప్పుడే వీచిన చిరుగాలితో పాటు ఒక ఏడు సంవత్సరాల బాలిక ఏటి మెట్లు నుండి నగ్నంగా పరిగెత్తుకొచ్చింది. స్నానం చేయించి నించోపెట్టిన తల్లి కళ్ళు కప్పి పారిపోయి వచ్చింది ఆ పాప. జుట్టు నుండి ధారగా ప్రవహించే నీటిముత్యాలు, ముఖాన్ని అద్దంగా మార్చే మెరిసే మేని రంగు– ఎర్రగా పొడుచుకు వచ్చే పసిరొమ్ములు.

నిప్పుకణికల ఎరుపు శరీరపు తెల్లదనంతో కలసి మెరుస్తోంది. శ్వాసోచ్ఛ్వాసాల వేగం వల్ల కావచ్చు ఆమె నాసికాగ్రం మెల్లగా స్పందిస్తోంది.

అమ్మాళు వెంట పరిగెత్తింది కాని చేతికి అందలేదు కార్తి. పడకకుర్చీలో కూర్చుని శంకుమీనోన్ ఈ దృశ్యం చూస్తూనే ఉన్నాడు. ఎండలో నడిచినప్పుడు తోచని వేడి, అప్పుడు అనుభవించాడు అతడు. అసాధారణ సౌందర్యానికి లొంగిపోతున్నట్లు శరీరం కూర్చున్నచోటే ఒకసారి కదిలి కూర్చున్నట్లు తోచింది.

మరో మూడు మామిడి మొక్కలు దాటితే కార్తి ఇంటి గుమ్మం చేరుతుంది. సౌందర్య దర్శనం వల్ల కలిగిన ఒత్తిడి వల్ల అతనికి ముచ్చెమటలు పోశాయి.

పరిగెత్తుకొచ్చి, ఆషాడమేఘంగా ఆమె వర్షించేది తన మీదనేనని అతనికి తెలుసు. వెచ్చటి చెమటతో కాల్చబడిన తన ఒంటి మీదనే ఆమె మెత్తని మేను పాకు తుంది. వెంటనే పత్తాయప్పుర మేడ మీదకు పారిపోవాలని అనిపించింది అతనికి. అలాగే చేయాలని నిర్ణయించాడు. కాని శరీరం కదలలేదు.

కార్తి శరీరానికి అంటుకొని బుర్ర తిప్పినప్పుడు ధ్యానంలోలా వుండే శంకు మీనోన్ కళ్ళు తెరిచాడు భయంగా. అతని కళ్ళు కార్తి ఒంటి మీద అక్కడక్కడ పాకాయి. దృష్టి వెనక్కు తీసినా ఆ ఒంటి ఎర్రదనం, మెత్తదనం గుండెలో నిలిచాయి. అతని

తలపై రెండు కాళ్ళు దూరంగా పెట్టి కూర్చుని తన చిట్టి వేళ్ళతో గిలిగింతలు పెట్టింది కార్తి.

కాసేపు కార్తిని గట్టిగా పట్టుకొని కూర్చున్నాడు. ఆ తరవాత మెల్లగా ఆమెను వదిలి మేడ మీదకు వెళ్ళిపోయాడు.

పరిగెత్తుకెళ్ళి పత్తాయప్పూర మేడ ఎక్కగానే అస్వస్థత కలిగించే కొన్ని శబ్దాలు వినబడ్డాయి. మేడ మెట్ల పై కూడా స్పందించే అమ్మవారి అడుగుల సవ్వడియేమో అది అనే అనుమానం కలిగింది అతనికి. అతనికి శ్రద్ధగా విన్నప్పుడు అర్థమైంది ఆ సవ్వడి తన గుండె సవ్వడేనని–

కార్తి పట్ల తనకున్న అమిత వాత్సల్యం ఎక్కడో తనని బలహీనుడ్ని చేస్తుందని అనిపించింది. ఆ వయసులో స్రవించిన ద్రవాల గురించి అనుమానం కలిగింది. హృదయపు గుహల్లో దాగి ఆత్మ వరకు వెళ్ళి ఒక్కొక్క విలువను ఏరి మూల్యాంకనం చేసి చూశాడు. చాలాసార్లు రత్నాల్ని బొగ్గు ముద్దలుగా పక్కకు పెట్టవలసి వచ్చింది. అంత వరకున్న విలువలు బొగ్గుగా అనిపించాక హృదయం శూన్యంగా మారింది.

మంచీ చెడుల గురించి, తప్పొప్పుల గురించి సేకరించి ఉంచిన వందలాది నమ్మకాలు ఏమైనాయి? ఏమి తెలియదనే జ్ఞానమే చివరికి సాక్షాత్కారంగా కనబడు తుంది. బుర్ర గోక్కుంటూ ఒక అమాయకుడిలా మేడ మీద పచార్లు చేశాడు అతడు.

లయబద్ధంగా ఏడ్చింది కార్తి, తనను మామయ్య హఠాత్తుగా వదిలి వెళ్ళి నందుకు. ఆ ఏడుపు కళ్ళలో తటాకంలా నిలబడింది. ఆ కన్నీరు ధారలుగా ప్రవహించి గుండెలోకి దూకి నాభి దాటి నేలమీదకు జారి ప్రవహించి అమ్మాళుని తాకింది. వేడి సెగ తగిలినట్లు కార్తిని చూసింది అమ్మాళు. కార్తి కన్నీరు ఆవిరై మేఘాలుగా ఎగురు తుంది. "ఈ పిల్లని సముదాయించడం నావల్ల కాదే అమ్మా," అని అంటూ కార్తిని అమ్మమ్మ కప్పగించింది. స్నానాల గట్టు నుండి కార్తి పరిగెత్తి రావడం ఒక బండరాయిలా ఆమె గుండెలోతుకు దిగింది. అక్కడ నుండి పూర్ణనగ్నంగా పరిగెత్తుకొచ్చిన పిల్ల తన కార్తియేనా?

అమ్మమ్మ కార్తిని బుజ్జగించింది.

"నేను మామయ్య దగ్గరకు వెళ్తాను," అంటూ కార్తి మారాం చేసింది.

ఆమె ఏడుపు పత్తాయప్పూరలో ప్రతిధ్వనించింది. మనసు పొరలు పీక్కుంటూ కూర్చున్న శంకుమీనోన్ చెవులు మూసుకున్నాడు.

"అయితే సరే... నిన్న మొదలెట్టిన కథ తరవాత భాగం చెబుతాను."

అలా చాకచక్యంగా విషయం మార్చింది అమ్మాళు తల్లి. పంచాగ్ని మధ్య నిలబడి శివుని కోసం తపస్సు చేసే పార్వతీదేవి కథ చెప్పడం మొదలుపెట్టగానే కార్తి కళ్ళలో

సీతాకోక చిలుకలు రెపరెపలాడాయి. ముఖం మీద ఎండిన కన్నీటిచారల్లో రత్నభస్మం వెలిగింది. వినే మాటలను చిత్రాలుగా మార్చుకొని కలలు కనే కళ్ళతో వత్తి వేసింది.

పదేళ్ళకే అమ్మాళు కన్నా ఎత్తు ఎదిగింది కార్తి. ఆమె చూపులకు ఒక అజ్ఞాతశక్తి ఉండేది. తన సాన్నిధ్యం ఇతరులపై ఒక గ్రహణ ప్రభావం చూపుతుందని అనిపిస్తూ ఉంటుంది ఆమెకు. వేలవేల హరివిల్లు ముత్యాలు జారే జుట్టుతో కార్తి స్నానం చేసి వచ్చేటప్పుడు ఇలవేల్పు అమ్మవారు కూడా రెప్పవాల్చకుండా చూస్తూ నిలబడుతోంది! కార్తి ఏమి మాట్లాడదు. అమ్మవారి గురించి అమ్మ, అమ్మమ్మ చెప్పిన విషయాలు వినడమే తప్ప అమ్మవారి అడుగుల సవ్వడి అంతవరకు ఆమె వినలేదు, లీలా విలాసాలు చూడనూ లేదు. భయంకాని, కంగారుకాని అనిపించలేదు అప్పటివరకు. పాపం! అమ్మమ్మ అమ్మవారు! ఆ 'తరవాడు' పుట్టినప్పటి నుండి ఆ ఇంటి మెట్లు మీదనూ ఇంటి లోపలనూ అలా గడుపుకొస్తోంది!

అమ్మవారి రహస్య ప్రయాణాలు చూడాలని ఎన్నో రాత్రులు నిద్ర నటించి పడుకొని నిరీక్షించింది. గది తలుపుల సందుల్లో నుండి తొంగితొంగి చూసింది.

నీటి బుడగల విస్ఫోటనంలా శుక్రవారం రాత్రుల్లో వినబడే సవ్వడి కోసం అమ్మమ్మ చెవులు అప్పగించి పడుకుంటూ ఉంటుంది. "అమ్మమ్మా. ఏమిటి ఆలోచన?" అని అడుగుతూ దగ్గరకు వెళ్తే ఉలిక్కిపడి లేస్తుంది.

"నేనేనా అమ్మమ్మా... అమ్మవారు...?" కార్తి నవ్వుతూ అడుగుతుంది.

"తెలియదు తల్లీ..." మనవరాలిని గట్టిగా కౌగలించుకొని పడుకుంటుంది అమ్మమ్మ. కార్తి దగ్గరకు చేరిన తరవాత అమ్మవారు లేరు; వేరెవ్వరూ లేరు. అడుగుల సవ్వళ్ళు నీటిబుడగల విస్ఫోటనాలు– అన్ని మృగతృష్ణలా మాయమవుతాయి.

కార్తికి అక్షరాలు నేర్పడం కోసం వచ్చే ఎడుతచ్చన్ మాస్టర్ కొన్ని రోజులుగా రావడం లేదు. పక్షవాతం సోకిందట! శరీరంలోని కుడిభాగం పడిపోయిందట! శంకు మామయ్య వద్దకు పాఠాలు నేర్చుకోవడానికి పంపుతుంది కార్తి తల్లి.

పత్తాయప్పుర మేడ పైకి వెళ్ళడం అంటేనే చాలా సంతోషంగా ఉండేది కార్తికి. వరసగా పేర్చిన కుర్చీలు– బల్ల– గోడ నుండి దూకే దుప్పి కొమ్ములు– షెల్ఫులో చక్కగా అమర్చిన పుస్తకాలు– ఒక మంచి ఫౌంటెన్ పెన్.

ఆ పెన్నులో కదిలే సిరామట్టాన్ని వెళ్ళిన ప్రతిసారి కొలిచి చూసేది కార్తి.

పత్తాయప్పుర మేడమీద నెలకొనే వాతావరణాన్ని వేళ్ళతో స్పర్శించి తిరిగి వచ్చేటప్పుడు దోసిళ్ళతో తెచ్చుకోవడానికి తహతహలాడేది కార్తి. మంచి సుగంధం తచ్చాడుతుంటుంది అక్కడ. శంకు మామయ్య ఒంటికి కూడా అదే సుగంధం. శ్లోకాలు చెప్పి

అర్థం వివరించే మామయ్యను చూడటం సరదాగా ఉంటుంది. కాని ఎక్కువ సమయం దొరికేది కాదు. రాయవలసిన చదవవలసిన పద్యాలు చెప్పాక శంకు మామయ్య జారిపోతాడు. అలా జారిపోవడం తన ఇష్టానుసారం కాదని శంకుమీనోన్ శరీర చలనాల నుండి అర్థమవుతుంది. ఏదో అదృశ్యశక్తి గాలం వేసి అతన్ని లాగుతున్నట్లు. 'మామయ్యా ఆగు ఆగు మామయ్య,' అని మొదట్లో అడిగేది కార్తి. అడిగితే ఆగుతాడు కాని ఆ సమయంలో అతడు అనుభవించే ఇబ్బంది వర్ణనాతీతంగా ఉండేది. ఏవో నల్లదయ్యాలు కొరడాలతో అతన్ని బాది తన నుండి దూరం చేస్తున్నట్లు తోచేది.

మరీ కోపం ముదిరినప్పుడు స్వయం ప్రశ్నించుకునేది ఆ విషయం గురించి.

సాయంత్రాన పుస్తకాలు తిరిగి ఇచ్చి కొత్తవి తీసుకోవడం కోసం మళ్ళీ పత్తాయప్పుర మేడ మీదకి వెళ్తుంది కార్తి. ఒత్తిడి రేఖలు అతని నుదుటి మీద ప్రస్ఫుటం గా కనబడినందువల్ల బాధతో తిరిగి వస్తుంది. 'వెళ్ళు.... తల్లీ వెళ్ళు...' అని మామయ్య భుజం తట్టి చెప్పినా కాసేపు అక్కడక్కడే తచ్చాడుతుంది. మెట్లు దిగుతూ, చివరి మెట్టు చేరగానే ఒకసారి వెనక్కు తిరిగి చూస్తుంది. శంకుమీనోన్ చూపులు తన వెనకే వుంటాయని ఆమెకు తెలుసు.

ఒకరోజు చాలాసేపు గడిచినా స్నానానికి ఏటికి వెళ్ళిన కార్తి తిరిగి రాలేదు. అమ్మాళు తల్లి కంగారుపడి అమ్మాళుని అడిగింది కార్తి గురించి. అమ్మాళు వంటావిడనూ పై పనులు చేసే ఆవిడనూ అడిగింది. ఒకరినొక్కరు కనుక్కునే ఆడవాళ్ళ నుండి ఒక బాణంలా బయటికి దూసుకొని వెళ్ళింది అమ్మాళు. ఆమె దూకుడుకి దారికి ఇరువైపుల ఉండే మందార మొక్కలు గాలికి కదిలి మందార పూదళాలు రాలాయి.

ఏటిగట్టుపై పూసిన గన్నేరుపూలూ, సీతాకోకచిలుకలూ కార్తిని చుట్టేసి ఉన్నాయి. వాటిని బుజ్జగిస్తూ ముద్దాడుతూ కరుణార్ద్రభావంతో ఒక మెట్టు మీద కూర్చుని ఉంది కార్తి. ఆ దృశ్యం చూసి రెండు మూడు మెట్లు దిగిన అమ్మాళు గావుకేకతో నేలమీద ఒరిగిపోయింది.

కార్తి కాళ్ళు రక్తకంబళితో కట్టినట్లున్నాయి. ఆ కాళ్ళ మీద ఒక ఎర్రటి పాయ ప్రవహిస్తోంది. ఏటిలో నీరు మెల్లమెల్లగా దాన్ని విలీనం చేసుకుంటోంది. ఏటిలో కలిసే ఎర్రకణాలను చిరుచేపలు పోటీపడి మింగుతున్నాయి.

తల్లి గావుకేక విని మోహనిద్ర నుంచి లేచినట్లు లేచింది కార్తి. మెట్లెక్కి వచ్చింది. స్పృహ కోల్పోయి మెట్ల మీద పడి వున్న తల్లిని ఒక నిమిషం అలాగే చూస్తూ నిలబడింది. ఆమె స్ఫటికంలాంటి కళ్ళలో నీరు నిండింది; కాని ఒక చుక్కయినా క్రిందకి రాలలేదు.

తల్లిని లేపి, ఆమెకు చేయూతనిచ్చి మెట్లు ఎక్కుతూ ఉంటే కార్తి ఆలోచించింది. వీళ్ళందరూ బాగా భయపడే విషయాలు కూడా తనలో ఒక మోతాదు భయమైనా కలిగించడం లేదు. భయం బదులు భయపడేవారి పట్ల సానుభూతి కలిగిస్తుంది- ఎందుకని?

అమ్మమ్మకి, అమ్మకి, శంకు మామయ్యకీ ముందుగానే ఒక జన్మ ఎత్తి పరిపక్వత చెందానా?

స్పృహ వచ్చిన తరవాత కూడా అంతరంగంలో రక్తపువరదేదో కదులుతున్నట్లు తోచింది అమ్మాళుకి. యుక్తవయసు వచ్చిన ఆడపిల్ల రజస్వల కావడం అనే సాధారణ సంఘటనే జరిగింది. కాని ఆ దృశ్యం యొక్క తీక్షణ సౌందర్యం అమ్మాళుని వదలేలా చేసింది.

మేలేప్పురం తరవాడులోని విశాలమైన ఒక హాలులో వరిపిండితో గీసిన మంత్ర రేఖలు విరిసాయి. కొబ్బరిపూలు గుచ్చిన 'నిరపర'లకు వరసగా పేర్చిన నిలువెత్తు దీపం కుందెలకు దగ్గరగా కూర్చున్న కార్తి వెలుగులు వెదజల్లింది.

అమ్మ, అమ్మమ్మ పనులు చేస్తూ హడావిడిగా తిరుగుతున్నారు. తనలో ఏదో ప్రత్యేకమైన విశేషం వెల్లివిరిసినట్లు వారు దృష్టి తనమీదే ఉంచారనే విషయం గమనించింది కార్తి. ఏమీ జరగనట్లు మామూలుగానే కూర్చుని అంతా చూసింది. ఆమె ఇల్లు చుట్టాలతో నిండిపోయింది. అత్త, శంకు మామయ్య భార్య అయితే కార్తి వద్ద నుండి కదలనే లేదు.

ఇంతసేపైనా శంకు మామయ్య అక్కడ కనబడలేదు. అతని గురించి ఎదురు చూసింది కార్తి. ఏవో పట్టుదలల దుర్ఘాతాలు అతన్ని అడ్డుతూ ఉండవచ్చు. ఆ ఆలోచన రాగానే కార్తి హృదయంలో సముద్రాలు హోరెత్తాయి.

హఠాత్తుగా ఒక వదలిపోయిన అలలా శంకుమీనోన్ అక్కడకి వచ్చాడు. మేనకోడల్ని ఒకే ఒకసారి చూశాడు. శ్రుతి తప్పిన గుండె సవ్వడితో వెంటనే తిరిగి వెళ్ళిపోయాడు.

జుట్టు లేని శంకుమీనోన్ బుర్ర- కంగారుగా కదిలే కనుగుడ్లు- ఇవి ఏటిగట్టు మీద కంగారుగా తిరిగే సీతాకోకచిలుకలను గుర్తు చేశాయి ఆమెకు. వాటిని లాలించి తన వసంతమిచ్చి పోషించాలని తోచింది. లోపల ఎగిరే శక్తివంతమైన కెరటాలు తనలో వెల్లువెత్తిన వాత్సల్యాన్ని శపిస్తూ హఠాత్తుగా విచారంలో పడింది కార్తి.

కారణమున్నా, లేకపోయినా ఆనకట్టలు తెంచుకొని ప్రవహించే ఆర్ద్రత పెద్ద పిల్ల అయ్యాక కార్తి బలహీనతగా మారింది. భయంగా చూసే ఇలవేల్పు అమ్మవారిపట్ల

కూడా ఆమెకు దయ, సానుభూతి కలిగాయి. దయకి సానుభూతికి క్రింద ఉండే ఊట ఎప్పుడూ దుఃఖమే!

అడ్డూ అదుపూ లేకుండా అందరూ తనను ముద్దు చేసి ఒక దేవతామూర్తిలా చూసుకుంటున్నప్పుడు ఏదో బరువు గుండె అట్టడుగు పొరలోకి దిగుతుంది. ఆరాధనా మూర్తులందరి పరిస్థితి ఇదేనా...!

ఇవన్ని ఎవరితోనైనా పంచుకోవాలి. కాని ఎవ్వరితో... తల్లితోనా...? మామయ్య తోనా...? వాళ్ళిద్దరూ పసిపిల్లల్లాగానే అనిపించేది కార్తికి.

కార్తి పెద్దమనిషి అయిన సందర్భంగా ఒక పెద్ద విందు ఏర్పాటుచేశారు. చుట్టాలు భోజనం చేసి వెళ్ళిన తరవాత కూడా సంతర్పణ, సంధ్యాసమయం వరకు కొనసాగింది. కులమెట్లను పాటిస్తూ జనం వివిధ వలయాలుగా వెనక్కు వెనక్కు జరిగి నిలబడ్డారు.

కిటికిలో నుండి బయటికి చూస్తూ నిలబడింది కార్తి. ఆకలి పండుగ జరుగు తోంది కళ్ళెదుట. తక్కువ కులాల వాళ్ళు అరిటాకుల్లో తువ్వాల్లో చించిన దుప్పటి ముక్కల్లో అన్నమూ, దానిమీద సాంబారూ ఆపైన మిగతా వంటకాలు పోసుకొని మూట కడుతున్నారు. పున్నమి చంద్రుడిలాంటి అప్పడాలు- ఆసక్తితో వాటిని చూసే నల్లటి ముఖాల్లోని గుహాకవాటాలు-

ఎంతసేపు చూసినా ఆ దృశ్యం నుండి కళ్ళు మళ్ళించలేకపోయింది కార్తి. ఏదో వెలితి, బాధ యొక్క సన్నటి పొర గుండెలోకి దిగుతున్నట్లు-

ఇంటి ముందూ వెనక ఉన్నవాళ్ళు వెళ్ళిన తరవాత కూడా సరిహద్దు గోడకి అవతల నల్లని ముఖాలు కనబడ్డాయి. మేనేజర్లు అన్నం గోనెసంచిలో పోసి గోడ అవతల పడేసి తిరిగి వస్తూ ఉంటే నల్లటి ముఖాలు వచ్చి అన్నం తీసుకొని వెళ్ళాయి.

వాళ్ళు పులయ కావచ్చు- కార్తి అనుకుంది. అంతవరకు ఆమె వాళ్ళ ముఖం చూడలేదు. రెండు మూడేళ్ళ క్రితం ఒకసారి మామయ్య వ్రేలు పట్టుకొని పొలం గట్టు మీద నడిచిన రోజే తెలిసింది అలాంటి వాళ్ళు కూడా ఉన్నారని. దూరంలో కనబడిన ఒక నీడ "హో హో" అని శబ్దం చేసి పరిగెట్టి దాక్కుంటే అదేమిటనడిగింది కార్తి.

"అది పులయ..."

వాడి పేరు ఏమిటని అడిగినప్పుడు తెలిసింది 'పులయ'కి పేరు ఉండదని. మామిడి చెట్లకు పనసచెట్లుకు విడివిడిగా పేరు ఉంటుందా...? కుక్కకి పిల్లికి విడిగా పేరు ఉంటుందా...? కుక్క పేరు కుక్క ,పిల్లి పేరు పిల్లి. అలాగే పులయ పేరు పులయే!

పెరటి హద్దుల్లో కదిలే 'పులయ' ముఖాలను చీకటి నుండి వేరు చేయడం కష్టం. తాత్కాలికంగా ఆకలి శమించిన ఆ ముఖాలు దూరంగా వెళ్ళాయి. కొట్టంలోని

పశువులు గేదెలు తలాడించుకుంటూ వాళ్ళను అనుకరించాయి. వాటి ముందర వున్న తొట్టెలో మెతుకులు నీళ్ళు నిండి ఉన్నాయి.

మసకబారుతున్న సంధ్య నుంచి కార్తి చూపులు మరల్చుకుంది. ఆ కళ్లల్లో దుఃఖంతో కూడిన కరుణ పసుపురంగుతో వెలిగింది. మొత్తం ప్రపంచపు బాధ తన సొంతం చేసుకోవాలన్న తపన, ఆమెపైన బాధాకరమైన ఒత్తిడిని కలిగించింది.

హడావిడి అంతా అయ్యాక, పనివారికి ధాన్యం కొలిచాక తన భార్య ఇంటికి బయలుదేరాడు శంకుమీనోన్. వెలిగించి ఉంచిన రెండు దివిటీలు అప్పటికే ఆరిపోయాయి. ఆ తరవాత కాని 'తరవాడు' నుండి బయలుదేరడం కుదరలేదు. అన్ని విషయాలూ అతనే చూడాలి కదా! ఇంచుమించు అర్ధరాత్రి అవుతోంది. భార్య ఇంటిలో వెలిగి వెలిగి కొండెక్కే దీపం గుర్తుకు రాగానే గబగబా అడుగులు వేశాడు అతడు.

నడుస్తూ నడుస్తూ మూడుసార్లు తిరిగి చూశాడు. అసలు సవ్వడి లేదు. ఆకు కదలడం లేదు. ఇంటి నుండి భార్య ఇంటి గేటు దాటినంతవరకు ఇలవేల్పు అమ్మవారు వెనక ఉంటుంది. ఆ తరవాత ఆమె రోడ్డు సరిహద్దులో ఉండే నేరేడు చెట్టు క్రిందకి జారుకుంటుంది. ఈరోజు రాలేదు. ఆ మెత్తని అడుగుల సవ్వడి వినబడటం లేదు. ముందుకు సాగే రోడ్డు తాలూకు పాలిపోయిన శవం మాత్రం వెనక ఉంది. దివిటి యొక్క చిటపటలు మంట యొక్క నిట్టూర్పులు మాత్రం బరువైన వాతావరణాన్ని కొంత తేలిక చేస్తున్నాయి.

ఇలువేల్పు తనని అనుసరించకపోవడం గురించి ఎక్కువ మాట్లాడలేదు అతడు. రంగులరాట్నంలోని గూడులా, ఆరోజు ఇంటిలో జరిగిన విషయాలు ఒకటి తరవాత ఒకటి అతనికి గుర్తుకొచ్చాయి. గంటలు తరబడి శ్రమించి ఏర్పాటుచేసిన విందు, యవ్వనానికి పర్యాయపదంలా కనబడిన సర్వాలంకారభూషితయైన మేనకోడలు, ఆమె కనుల కొలనులో కదిలే ఆకర్షణా ప్రవాహం. అందులో నిండువాత్సల్యపు పడవలు మరోసారి చూస్తే తను అందులోపడి పోతాడేమోననే భయం అతనిది.

ఇదిగో కార్తి ఇప్పుడు యువతి! శంకుమీనోన్ ఆలోచనలు ఆమె చుట్టూనే తిరిగాయి.

విందు ఆరగించి పెందరాడే తన ఇంటికి తిరిగి వచ్చిన అతని భార్య మంచి నిద్రలో ఉన్నట్లు కనబడింది. ఆమెను పిలిచి లేపకుండానే మాట్లాడకుండానే ఆమె ఒంటి మీదకు పాకాడు అతడు. పొర వదలడానికి ఆలస్యమైన పాములా కోరిక బుస కొట్టింది. వెంటనే స్ఖలించకపోతే ముక్కలు ముక్కలైపోతానేమోనని తోచింది అతనికి.

ఇది నిజమైన కామం కాదు; ఏదో ఒక దుర్బలతని బహిర్గతం చేయడమేనని అనిపించింది. అయినా పెదవులు, చేతివ్రేళ్ళు ఆత్రుతతో ఆమె మీద సంచరించాయి.

ఉలిక్కిపడి లేచింది అతని భార్య. తన ఒంటిపై నాచులా విస్తరించే భర్తని వదిలించడానికి గట్టిగా తోసింది; కుదరలేదు. ఆమె ఆపలేనంతగా అప్పటికే ఆమె శరీరం అతని చేతిలో ఉంది.

తనకు ఇంత తొందర ఎందుకు? కొంత ఓర్పు ప్రదర్శించవచ్చు కదా? స్వయం నియంత్రణపు కళ్ళాలు హఠాత్తుగా వెతకటం ప్రారంభించాడు అతడు.

అతని మనసు నిండా కార్తి శరీరమే! చిదిమితే నెత్తురూరే పెదవులు, ఏటి నుండి పరిగెట్టుకొచ్చి చల్లదనానికి నిర్వచనంలా పాకిన మెత్తదనం, చిన్న చిన్న రొమ్ములు- కార్తి నుండి ప్రసరించే ఏదో ఒక వాసన- అంతా, అంతా మనసు నిండా-

పెళ్ళాం నగ్నతలో లంకర్ వేయలేక ఆయాసపడ్డాడు అతడు. స్ఖలించకపోవడం ప్రాణసంకటంగా మారింది. ఏమీ చేయలేకపోతున్నాడు.

"ఛీ అసహ్యం... ఆపండి," ఆమె అసహ్యంగా అంది. అతన్ని బలంగా తోసి మోకాళ్ళ పై నిలబడి అతన్ని ఒక చూపు చూసి అక్కడ నుండి వెళ్ళిపోయింది ఆ ప్రౌఢ.

తరవాత రాత్రుల్లో కూడా కార్తి అందం అతని కామాన్ని లొంగతీసింది. మైథునం కోసం శరీరం పిపాసపడినా, మనసు బలహీనమైంది. వెన్నలాంటి కార్తి శరీరమూ దొండ పండ్లలాంటి ఆమె పెదవులూ మనసు అట్టడుగు పొరలో స్థిర నివాస మేర్పరచు కొని భయపెట్టింది.

కొన్ని రాత్రుల్లో పరాజయం పొందిన పిదప అతడు భార్య నుండి తప్పించు కోవడం మొదలుపెట్టాడు. మేనకోడలి అలౌకిక సౌందర్యపు వెలుగుతో అతడు జడుడుగా మారాడు.

*

7

ఆకాశంలో సంచరిస్తూ పగిలి పడిపోయిన ఒక తోకచుక్క తాలూకు ముక్కలు మేలేప్పూరం తరవాడు పరిసర ప్రాంతాలలో పడినట్టున్నాయి. ఆ అంతరిక్షపు పొరల్లో నుండి సూర్యుల తోకలు ధరించినవారు జీవిత వ్యగ్రతతో మానవప్రాణాల్లోకి జారాయి. వెరియోలా వైరసు!

ముక్కలుముక్కలుగా విడిపోయి అవి పెరిగాయి. తమ రూపాల ఆవర్తనే వాటి నిరర్థక జీవిత లక్ష్యం. స్థలకాలాల గురించి కాని, ఫలితాల గురించి కాని అవి పట్టించు కోవు.

అమ్మాళు అందమైన శరీరం, ఆ వైరసుకు కేవలం ఒక రక్తకోశాల భాండాగారమైంది. అందులో అవి బాగా పెరిగాయి. పెద్దమనిషియైన ఒక అలౌకిక సౌందర్యరాశికి ఆమె తల్లి అనేది మానవ మస్తిష్కాల్లో ఉంటే రసాయన చేరువలు మాత్రం! వాటికేమిటీ?

అలా, ఒంటి నిండా వైరసు పాకటంవల్ల భరించలేని ఒంటి నొప్పి జ్వరమూ పుట్టుకొచ్చాయి అమ్మాళుకి. తరవాడు లోని ఉత్తరం వైపు మూలగదిలో బాధలు అనుభవిస్తూ పడుకుంది ఆమె. వంట పనుల మధ్య అప్పుడప్పుడు వచ్చి కూతురిని పలకరించి చూసి వెళ్ళింది అమ్మాళు తల్లి.

అమ్మాళు శరీరం ఎర్రగా కంది కుంకుమ రంగులోకి మారింది. మూడోరోజు ఒంటినిండా పొక్కులు. శంకుమీనోన్‌కి వివరం చెప్పారు. మంచం కోళ్ళు పట్టుకొని వంగి చెల్లిని పరీక్షించిన అతడు ఒకసారి గట్టిగా నిట్టూరుస్తూ లేచాడు.

వెనక్కు తిరిగి వెళ్తూ ఉంటే ఒక సుడిగాలిలా కార్తి గది లోపలకు రావడం గమనించాడు. తల్లి వద్దకు వెళ్ళకూడదని చెప్పి కార్తిని వెనక్కు పంపాలని అనుకున్నాడు కాని కార్తి ముఖం మీద కనబడిన ప్రస్ఫుటమైన నిశ్చయం అతని నోరు మూయించింది.

వైద్యుడిని ఇంటికి తీసుకురావడానికి పల్లకి బయలుదేరింది. పల్లకితో పరిగెత్తే బోయవాళ్ళతో సమానంగా పరిగెట్టలేక మేనేజర్ వేలాయుధం ఆయాసం తట్టుకోలేక పోయాడు. కళ్ళూ, నాలిక బయటపడ్డాయి.

"తమరు పల్లకి ఎక్కి కూకోండి," బోయవాళ్ళు అన్నారు, "మేము ఎప్పుడో సెప్పేసినాం కదా."

వేలాయుధాన్ని లేపి పల్లకిలో కూర్చోపెట్టి వాళ్ళు పరుగో పరుగు! పొలాలు తోటలు దాటారు. కాళ్ళకు తడి ఇసుక తగిలి పరుగుతీయడం కష్టమైంది. చివరికి భారతప్పుళ నుండి వచ్చిన చల్లటిగాలిలో వైద్యుడు ఇంటి నుండి వచ్చే మూలికల వాసన తగిలింది వాళ్ళకి.

వైద్యుడు నాణునాయర్ మహాగర్విష్ఠి. ఎవ్వరు వచ్చినా ముందు వాళ్ళ మీద అరుస్తాడు. వేలాయుధాన్ని చూడగానే ముందు అరిచి ఏదో అన్నాడు. కాని అతడు మేలేప్పురం వారి మేనేజరని తెలిసి చల్లబడ్డాడు.

నాణునాయరుని పల్లకి ఎక్కించుకొని మళ్ళీ పరుగుతీసారు బోయవాళ్ళు. నొప్పిగా ఉంటే కాళ్ళు ఈడ్చుకుంటూ, తన ఖర్మ అని తనని తానే తిట్టుకుంటూ మెల్లగా వాళ్ళను అనుసరించాడు వేలాయుధం.

అమ్మాళువుని చూడగానే వెనక్కు తిరిగాడు వైద్యుడు, ఏదో చెప్పాలని అను కున్నాడు. కాని గొంతు లోపల వెలక్కాయ పడినట్లు. అతని ఇబ్బంది గమనించిన శంకుమీనోన్ తన వ్రేలుతో అతన్ని ఒకసారి పొడిచి హాలులోకి తీసుకెళ్ళాడు.

"అమ్మాళుకు తెలియకూడదు. ఉత్త కురుపులని చెప్పేసేయండి."

"ఏం చెప్పమంటే అదే చెప్తాను," వైద్యుడు అన్నాడు. "కాని చాలా ప్రమాద కరమైనది. ఒకటో రకం మశూచిక."

ఆ మాటలు విని అమ్మాళు తల్లి గట్టిగా నిట్టూర్చింది.

వైద్యుడు రాసిచ్చిన మందులు క్రమం తప్పకుండా మింగింది అమ్మాళు. అన్నయ్య చెప్పినదానికి మించి ఆమె ఎప్పుడూ ఆలోచించలేదు. కురుపులని అన్నాడు కదా! కానీ చిన్నప్పుడు ఒంటికి వచ్చిన కురుపులతో పోలిస్తే ఈ కురుపుల వేళ్ళు చాలా లోతులో ఉన్నాయని తోచింది ఆమెకు. పొడుచుకు వచ్చిన కురుపు లోపల నుండి శరీరపు అవతలవైపు చూడడానికి ప్రయత్నించింది. వేడి మరుగుతోంది ఒంటిలో.

కనులలో కూడా కురుపుల మంట– నీరసం– సగం నిద్రలో ఉన్నప్పుడు కూడా మనసు యొక్క స్వాస్థ్యం కురుపుల పొరలు తీస్తూ ఉంది. కార్తి, తల్లి తెచ్చి ఇచ్చిన పానీయాలు తాగుతూ గోరుతో శరీరం గీసుకోవడం మొదలుపెట్టింది.

అయినా లోపలకు పీల్చిన భయం తాలూకు ఆవిరి అమ్మాళ్ళు తల్లి గుండెలో చల్లబడలేదు.

తన రక్తనాళాలను ఎక్కడో మశూచి కప్పినట్లు అనిపించింది ఆమెకు.

'ఒకటో రకం మశూచి,' వైద్యుడు ఈ మాట పలకగానే అది ఆమె సొంతమై కూర్చుంది. ఆమెకు రోగలక్షణాలు కనబడడమే తరువాయి, ఉత్కంఠతో మశూచి వ్యాధి రాక గురించి ఎదురుచూస్తూ రేయిపగళ్ళు గడిపింది ఆ ముసలిది.

కూతురు జబ్బు నయమై లేచిన అయిదోరోజు లోన వేడి, తల్లి ఒంటిలోకి కట్టలు తెంచుకొని ప్రవహించింది. రోమకూపాల్లో నుండి జ్వరాల గాలులు లేచాయి. స్ఫటికపు సీసాలా అన్నట్లు కనుగుడ్లు మరిగాయి. నురగలతో కదిలే పెద్ద సుడిలా భయంకరమైన మశూచి తాలూకు రూపం మనసులో మెదిలింది.

మాలిన్యపూరితమైన కురుపులు బయటికి వస్తూ ఉంటే భయం తాలూకు నిట్టూర్పులను లోనే అణిచివేసింది. ఆమె లోపలకు జారిన కురుపులు ఎముకలపైన విరబూసాయి. కండరాలు ఎముకలు ఊడిపోయినట్లు అనిపించింది. మశూచీ జ్వరం శరీరాన్ని వేపుతూ ఉధృతమైంది.

పొయ్యిలో నిలబడినట్లు మారింది అమ్మాళు తల్లి స్థితి. చివరికి ఆమె ప్రాణానికి రెక్కలు వచ్చి అది ఎగిరిపోయింది.

చింతచెట్టు కొమ్మపై కూర్చుని గొంతులో ఉదారంగుతో కూడిన ఒక కాకి ఏడవడం వింటూ లేచింది కార్తి ఆరోజు. అమ్మమ్మ తనని పిలుస్తున్నట్లు రాత్రి వచ్చిన కల ఇంకా ఆమె మెదడులో తచ్చాడుతూ ఉంది. నాటుమందుతో ఆమె గదిలోకి చేరినప్పుడు జ్వరాల మబ్బులు బయటికి వెళ్ళిపోతున్నాయి.

అమ్మమ్మ ముఖంపై స్వాస్థ్యపు కనురెప్పలు మూతపడి వున్నాయి. అమ్మమ్మ చనిపోయిందని తెలియగానే దుఃఖం కన్నా కొంత సాంత్వన అనిపించింది. ఇన్ని రోజులుగా నరకాగ్నిలో అన్నట్లు వేగే అమ్మమ్మను చూసి బాధతో మూలుగుతూ ఉండేది కార్తి మనసు.

ఆలంబనారహితుడైనానని బాధపడ్డాడు శంకుమీనోన్. మశూచి సోకిందని తెలియగానే ఎవ్వరూ 'తరవాడు' లోకి రావొద్దని బంధువులందరికి సందేశం పంపారు.

ఏ పనికైనా వేలాయుధాన్ని పిలిస్తే వాడు భయంతో వణికేవాడు. తరవాడులో మశూచి ఉన్నట్లు పొరిగింటివారికి కానీ, పనివాళ్ళకు కానీ చెప్పనూ లేదు.

కళ్ళు గట్టిగా మూసుకుని సర్వేంద్రియాలను ఒకేచోట కేంద్రీకరించి విలపించాడు శంకుమీనోన్. "తల్లీ, ఇలవేల్పు తల్లీ, కదిలే ముంగురులతో కానీ, అడుగుల సవ్వడులతో కానీ, ఉత్త స్పందనతో కానీ నువ్వు ఉన్నావని తెలియపరుచు తల్లీ."

కళ్ళు తెరవగానే కార్తి కనబడింది. రెప్పవాల్చకుండా నిలబడి ఉంది. ఒక మర్రి చెట్టులా తన చుట్టూ విస్తరించినట్టుంది. శరీరంతో ఆత్మతో ఆమె దగ్గరకెళ్ళాడు. అతని శిరసు నిమురుతూ గుండెల్లో చేర్చి ఆమె తనను లాలించినప్పుడు తల్లి ప్రేమను అనుభవించాడు అతడు, శక్తి స్వరూపిణి స్తన్యమిచ్చి లాలించే మాతృత్వ భావన. తన తలను కార్తి గుండెలో దాచుకున్నాడు.

అప్పుడు వచ్చాడు వేలాయుధం. శరీరం కంపు కొట్టకముందే శవ సంస్కారం చేయాలనే సంగతి గుర్తుచేశాడు. శంకుమీనోన్ గట్టిగా కేకలు వేయగానే హడలి పోయాడు.

వణికే ఒంటితో, కలత చెందిన మనసుతో పరిగెత్తాడు వేలాయుధం. దగ్గరలో ఉండే గుడిసెల్లో వెతికి ఇద్దరు ముగ్గురు మాదిగలను ఏరుకొచ్చాడు. పని ఏమిటిని వాళ్ళకు చెప్పలేదు. గేటు లోపల అరుగుమీద కూర్చోపెట్టి చిత్తుగా తాగించాడు. తన కంగారు, ఒంటి వణుకూ తట్టుకోలేక తాను కూడా కొంత తాగాడు. గబగబా ఆ తరవాత 'తరవాడు' వైపు నడిచాడు. మాదిగలను ఇంటి లోపలకి రానిచ్చినందుకూ శవాన్ని తాకనిచ్చినందుకూ శంకుమీనోన్ చాలా బాధపడ్డాడు. ఆ నిర్ణయం తీసుకునే ముందు వేల సందేహాల సూదిమొనల పైన నడిచాడు అతడు.

వాకిలి దాటి తరవాడు గుమ్మం ఎక్కడానికి మాదిగలు సంకోచించారు. కులం యొక్క లక్ష్మణరేఖ చెరపడానికి ధైర్యంలేక భయంతో ఆగిపోయారు వాళ్ళు.

కానీ కల్లు ఇచ్చిన మత్తూ, దొరగారి ఆజ్ఞా వాళ్ళను ముందుకు నడిపించాయి. తడబడే అడుగులతో వెళ్ళి, అమ్మాళు తల్లిని మంచం మీద నుండి లాగారు వాళ్ళు.

చనిపోయిన తరవాతే అయినా అపరిచితులైన మగాళ్ళ సన్నిధి తన తల్లి సహించ దని శంకుమీనోన్‌కు తెలుసు. అయినా గది లోపలకు వెళ్ళబోయే కార్తిని అక్కడే నిలబడ మని ఆపాడు. గట్టిగా కొట్టుకునే గుండెతో గది బయట సందులోకి కార్తిని జరిపి తను కూడా జరిగి నిలబడ్డాడు.

ఉత్తరం వైపు గదిలో ఒక నీడ కదిలినట్లు అనిపించింది అతనికి. అది తన తల్లిదేనని, తనను తిట్టడం కోసమే వస్తుందని అనుకున్నాడు. చనిపోయిన స్త్రీ లేచి

రావటమేమిటనే ఆలోచన అతనికి కలగలేదు. తల్లి కనులూ, విభూతి పులుముకున్న నుదురూ వాతావరణంలో తేలియాడుతున్నట్లు అనిపించింది. తనను నేరం చేసినవాడుగా భావించినందువల్ల కాబోలు ఆమె నుదుటి రేఖలు ముడిపడ్డాయి. అప్పుడు ఆమె ముఖం మీద మశూచి కురుపులు ప్రస్ఫుటంగా కనబడ్డాయి. "నీకు ఈమాత్రం తెలియదా? అలవాటు లేని దేన్ని నేను భరించలేనని నీకు తెలియదా? అందువల్లేగా, నేను ఎవ్వరితోనూ సేవలు చేయించుకోకుండా పోయాను? నువ్వు నావద్దకు ముగ్గురు మాదిగలను పంపుతావా? వాళ్ళను ఎందుకు ఇబ్బంది పెట్టడం?"

పొరపాటు చేశానని అనుకొని తల్లిని అనుసరించాడు శంకుమీనోన్. 'ఇది నేను ముందే చెప్పలా' అనే అర్థంలో తలయాడించి కార్తి కూడా అతన్ని అనుసరించింది. శవం తాలూకు కాళ్లూ, చేతులూ, తల హఠాత్తుగా అదృశ్యమైనాయి. హడలిపోయారు మాదిగలు! కాని వెంటనే తమ పని గుర్తుకొచ్చి అక్కడ పడి వున్నది శవం కదా అని గొణుగుతూ తమ పని కొనసాగించారు.

మశూచికి లొంగిన దానికన్నా సజావుగా, ఇతర కర్మలకు లొంగింది కార్తి అమ్మమ్మ.

సంధ్యా సమయం దాటకముందే ముళ్ళపొదలతో నిండిన పందికొండ వారగా శవాన్ని పాతిపెట్టారు. శవదహనం చేయడమే సంప్రదాయం; కానీ చేయలేదు. మశూచి వల్ల మరణించటమే దానికి కారణం. అంతేకాదు, అమ్మాళు అమ్మమ్మ ఇంకా సగం ప్రాణంతో మంచం మీద పడి ఉంది. ఊపిరి ఒంటిలోనూ, స్పృహ స్వర్గంలోనూ వున్న ఆవిడ ముఖం మీద కూడా కురుపులు ప్రత్యక్షమై ఉన్నాయి. అమ్మాళుకు నీరసంగా ఉంది కనక ఆవిడకు కూడా కార్తియే సపర్యలు చేస్తోంది.

శ్మశానం నుండి తిరిగి వచ్చేటప్పుడు వెనక్కు తిరిగి చూడలేదు శంకుమీనన్. తన తల్లి దెయ్యంగా మారి తనను పీడిస్తుందనేనా.

భయపడలేదు. భయం కలిగించే విషయాలను తల్లి భరించలేదనే గట్టి నమ్మకం ఉంది అతనికి. అలాంటి పనులు తన తల్లి చెప్పదు.

తల్లి మరణానంతరం పిచ్చిపట్టినట్టైంది అమ్మాళుకి. తన ఒడిలో లేచి రాలిన పుండు పొరలు ఒక గావుకేకగా ఆమె గుండెలో పడి ప్రవహించింది. అనవసరమైన అజ్ఞానం అందినందువల్ల మనసు వేలసార్లు మశూచితో మరణించింది. కాలిన శరీరమైనందువల్ల మళ్ళీ కురుపులు సోకలేదంతే.

కార్తికి ఆ జబ్బు సంక్రమిస్తుందేమోననే భయం పట్టుకుంది శంకుమీనోన్‌కి. ఇంటినిండా మశూచి పొరలు విత్తనాలుగా మిగిలి ఉన్నాయని తోచింది అతనికి.

పరామర్శించడానికి వచ్చిన బంధువులను నిర్దయగా ఆపాడు; లేదు లేదు విత్తనం ఇంకా పూర్తిగా ఎండిపోలేదు. మిగిలిన విత్తనం కోసం మూలమూలలా వెతికాడు. దుర్గంధం పీల్చి పీల్చి అతని నాసికా రంధ్రాలు గుహల్లా మారాయి.

హఠాత్తుగా ఏదో గుర్తుకు వచ్చి దేవుడి గది తలుపు తోసి చూశాడు. ఒక శవ పేటికలో ఉన్నట్లు ముడుచుకుని పడుకొని ఉంది ఇలవేల్పు. గది లోపల అడుగు పెట్టడానికి వీలులేనంతగా రస నిండి లావెక్కిన గది నిండా అమ్మవారే. పుట్ట గొడుగు లంత పెద్దవిగా ఒంటినిండా కురుపులు. కొన్నిటి నుండి రస కారుతోంది. అలుక నిండిన పెద్ద కనులు– వాటిలో నిండా నిస్సహాయత. కొన్ని రోజులుగా తను ఆమెను గుర్తించలేదని గుర్తుకొచ్చి నేరభావంతో మూలిగాడు అతడు. ఆ రాత్రి కురుపు సోకటం వల్ల తన 'తరవాడు' భయంకరంగా మారినట్లు కలగని గావుకేక వేశాడు. కలలో కురుపులు నిండిన కార్తి తెల్లతొడలు, గదతో కొట్టినట్లు అతన్ని బాదుతూ ఉండేవి. అందమైన ఆమె ముఖం పగిలి లావాలా మరుగుతూ ప్రవహిస్తున్నట్లు కలగన్నాడు.

ఆ తరవాత వరసలో తానే ఉన్నానని శంకుమీనోన్‌కి ఖచ్చితంగా తెలిసి పోయింది. పొద్దుటి నుండి ఎదురుచూస్తూ పడుకున్నాడు. జ్వరమనే అగ్ని ఎక్కడ అంటు కుంటుందని తెలుసుకోవడానికి ఒంటి నిండా మనసుని జల్లాడు. మధ్యాహ్నం వేళకి చెవుల్లోకి వేడి దూరింది. అక్కడ నుండి ఒక ప్రవాహంలా ఒంటి నిండా పాకింది. ఆ వేడినీళ్ళలో నుండి నురగలు లేచి కురుపులు పొంగాయి. నురగలుతో కూడిన నీటి ధారను చూస్తున్నట్లు పిల్లాడిలా ఆసక్తితో చూస్తూ కూర్చున్నాడు అతడు. మనసులోని చిత్రంలా అతని ఒంటిలోనూ పొక్కులు లేచాయి. వేపబిళ్ళలను కార్తి అతని నోటిలోకి అందించినప్పుడు మశూచి ఒక వాస్తవంగా మారిపోయింది.

మేలేప్పురంతరవాడులోని వారికి మశూచి వ్యాధి సోకిందనే రహస్యం బయట ప్రపంచానికి జారగానే ఊరంతా పొక్కులే! నురగులు కక్కి ప్రవహించే నీటిలోనూ నీరు నిలిచిన ఏటిలోనూ, గర్జించే గాలిలోనూ అంతట పొక్కులు లేచాయి. అమ్మాళు తల్లిని పాతిపెట్టిన మాదిగల్లో ఒకరికి ముందు సోకింది జ్వరం.

పలురకాలుగా పలు రంగుల్లో పట్టుకుంది వ్యాధి. రోగం అంటుకోని వారికి రోగం గురించి ఎదురుచూస్తూ కూర్చోవడం కూడా దుర్భరంగా ఉండేది. కొందరికి జ్వరం వచ్చినట్లు ఊరకనే అనిపించి ముసుగు తన్ని పడుకొని పొక్కుల కోసం ఒళ్ళంతా వెతికి అలసిపోయారు.

మగాళ్ళ మనసులోని మశూచి భయం బరువెక్కి వారి భార్యల్లోకి ప్రతిరోజు బీజాలుగా స్కలించింది. ఒక రాత్రిలోనే రెండు మూడుసార్లు సంభోగించిన తరవాత

అంతా మరిచి నిద్రపోయారు వాళ్ళు. చిరుతోకతో కూడిన చేపపిల్లలాంటి బీజాలు తోక లాడిస్తూ ఆడదానిలోని ఆడదిను ఎదురుచూస్తూ గర్భాశయ గోడల్లో ఆయాసంతో నిలబడ్డాయి. మశూచి వ్యాధివల్ల మరణించిన వారి కన్నా రెండింతలు ఆడవారి గర్భాశయాల్లో ప్రాణం పోసుకున్నాయి.

పగటిపూట నీడలుగానూ, రాత్రివేళల్లో నల్లని కంబళ్ళుగానూ శవాలూ, శవవాహకులు వరసగా కదలడం ఇంటిలో హాలులో కూర్చుని చూస్తూనే ఉన్నాడు శంకుమీనోన్. అప్పుడే మానుతున్న కురుపుల పై పొరలను తడుముతూ కూర్చున్నాడు. అప్పుడప్పుడు ఏవేవో గొణుక్కుంటూ అప్పుడప్పుడు చేతివ్రేలితో సైగలు చేస్తూ జరిగిన మశూచి వ్యాధికి కారణాలు ఆలోచించి ఏవేవో నిర్ణయాలకు వచ్చాడు.

'పన్నియార్' గుడిలో మొక్కులు తీర్చడం కాని, 'తిర' దైవాలకు బలి ఇవ్వడం కాని చేయాలి కదా అని ఊరి పెద్దలు అడిగినంతవరకు అతనికి ఆ విషయం గుర్తు రాలేదు. తను ఆ సంగతి మరిచిపోవడమేమిటని ఆశ్చర్యబోయాడు కూడా.

తరవాడులో బయటపనులు చేసే పారు కూతురు చిరుతకి మశూచి సోకిందని విన్న కార్తి ఊరుకోలేదు. వెంటనే ఆ పని అమ్మాయి గుడిసెకు వెళ్ళాలని మొండికేసింది.

ఈ పిల్ల– కార్తి– చెప్పేదేమిటీ? మేలేప్పురం ఇంటి ఆడపడచులెవ్వరూ ఇంత వరకూ మాదిగ గుడిసెలో అడుగుపెట్టలేదు. అంతేకాదు అది మశూచి ఉండే గుడిసె కూడా–

గుండెలు బాదుకుని ఏడ్చింది అమ్మాళు. అయినా కార్తి తన నిర్ణయం నుండి కదలలేదు. రెప్పవాలని కళ్ళతో తల్లిని చూస్తూ నిలబడింది కార్తి.

ఈ భయం ఎక్కడ నుండి మొదలవుతున్నది? ఇన్ని సంవత్సరాల జీవితం వీళ్ళకి ఏ రంగులు అద్దలేదా? తన మనసు ఎంతో ఎత్తున ఉందని ఇలాంటి సందర్భాల్లో కార్తికి అనిపించేది.

ఇక శంకుమీనోన్ వచ్చి మాట్లాడితే కాని అమ్మాళు మనసు శాంతించదు. అనుకున్నట్లుగానే అతని అడుగుల సవ్వడి వినబడింది. కాసేపు మౌనంగా కూర్చుని అంతా ఆలోచించి అతడు అన్నాడు.

"ఇలవేల్పు తల్లికి కూడా సోకినా, కార్తిని సోకలేదు కదా ఈ మశూచి. పర్వాలేదు. కార్తిని వెళ్ళనీ..."

అభినందనతోనే మాట్లాడాడు శంకుమీనోన్. అయినా కార్తికి సంతోషం అనిపించలేదు. ఇలవేల్పులా, తానూ మామూలు విషయాలకు దూరమవుతున్నానని కొంతకాలంగా ఆమె అనుకుంటూ ఉంది.

తరవాత రోజుల్లో అమ్మాళు తన బిడ్డను వాత్సల్యంతో చూడలేకపోయింది. కార్తి కనబడినప్పుడల్లా ఆమె కళ్ళలో కొంత భయమూ కొంత గౌరవమూ తొణికిస లాడేది.

తనను ఇలవేల్పులా చూసే తల్లి- ఏవో కారణాల వల్ల దూరంగా ఉండే మామయ్య- ఎప్పుడైనా తన హృదయ కవాటాలు కొంతైనా తెరిచినది అమ్మమ్మే అని కార్తికి అప్పుడు అనిపించింది.

తనను అప్పుడు తడిమిన అమ్మమ్మ చేతివేళ్ళను శ్మశానంలో పెరిగిన గడ్డి పరకల్లో చూస్తున్నది కార్తి. అక్కడ తేలియాడే గాలిలో అమ్మమ్మ చెప్పిన కథలు ప్రతి ధ్వనించాయి.

*

8

కష్టాలన్ని కలిసే వస్తాయి కదా! మేలేప్పూరం వారికి కూడా కష్టాలు ఒకటి తరవాత మరొక్కటి వస్తునే ఉన్నాయి. మశూచి వ్యాధి ఇంకా పూర్తిగా ఇల్లు విడిచి వెళ్ళనేలేదు. ఊడ్పు ముగిసినా, వాకిటిలో మిగిలిన ధాన్యం పొల్లులా మశూచి క్రిములు మిగిలి ఉన్నాయి. కంపెనీ వారి కొత్త చట్టం ప్రకారం భూమి యొక్క విలువల్ని పునర్ నిర్ణయింపచేయడం తప్పనిసరి. చట్టమంటే దొర ఇష్టప్రకారం అని అర్థం. ఇష్టానిష్టాలు తమోమయ కోరికల నుండి ఊపిరిపోసుకుంటాయి. మూల్య పునర్ నిర్ణయం గురించి ఈమధ్య ఎక్కువ ఆలోచించలేక పోతున్నాడు శంకుమీనోన్. ధర్మాధర్మాల గురించి ఆలోచించడం ప్రారంభిస్తే మనసు పడగ విప్పి కాటు వేస్తోంది. మనసులో ఉన్న వాటిని విశ్లేషించి విశ్లేషించి, న్యాయా న్యాయాల గురించి ఆలోచించి, ఆలోచించి మొత్తం మీద అలసిపోతాడు. ఏది ఏమైనా, పునర్ నిర్ణయం తప్పనిసరి. మేలేప్పూరం తరవాడుకు అందిన రెండు వందల ఎకరాల కౌలు భూమి నుండి వచ్చే ఆదాయంలో ఇరువై శాతం పన్నుగా కట్టాలి. దాన్ని మార్చి పన్నును ఎంతైనా పెంచవచ్చు. అధికారం నుండి విరమించిన వాడే అయినా సడలింపులుంటాయని అనుకోకూడదు. కక్ష సాధించకుండా ఉంటే చాలు. తను విరమించిన తరవాత అధికారియైన కురుప్పుకు శంకుమీనోన్ పట్ల కొంత కక్ష కూడా ఉంది.

పన్నును సవరించడానికి అధికారులు జమీందారీ ఇళ్ళకు వెళ్ళినప్పుడు ఏవో పిడత పనులు చేశారట! తహసిల్‌దారూ ఇతరులు ఎక్కువ పడకగదిలోనే పరిశోధనలు చేశారట! పన్నును మరీ పెంచకుండా ఉండడం కోసం ఇంటి ఆడవారు బాగా చమటలు కక్కవలసి వచ్చిందట! దుర్బలులైన ఇంటి పెద్దలు హాలులో రామనామం స్మరిస్తూ పచార్లు చేయడం తప్ప వేరేమి చేయలేకపోయారట!

శంకుమీనోన్ భయమంతా కార్తి గురించే. ఆమెను రక్షించుకోవడానికి అతని మనసులో మార్గం లేక కాదు. అయినా ఎక్కడ నుంచైనా సంస్కృతి రాహిత్యపు వేళ్ళ కొసలు ముందుకు పొడుచుకు వస్తే... ఆ వ్రేలు ఎవ్వరిదైనా సరే కలెక్టర్‌దైనా, తహసీల్‌దారిదైనా అధికారిదైనా సరే తను సంహార రుద్రుడుగా మారాలనే దృఢ నిశ్చయంతో ఉన్నాడు శంకుమీనోన్. సదాచారాల కురుక్షేత్రంలో దూకి గాండీవం పట్టి పోరాడాలి. అప్పుడు అక్కడ ఒక గొప్ప పోరాటం ప్రారంభమవుతుంది.

శత్రువు యొక్క శక్తిని లెక్క చేయదు ఆ పోరాటం. శత్రు కుహరాల్లో స్వయం నష్టబోయి సదాచార రాహిత్యపు బాణాలు తగిలి తాను కొట్టుకోవాల్సి వస్తే... ఆ స్థితి ఆలోచనాతీతం. మేనకోడలు మీద తనకున్న అధికారంలోనూ ఆమె పట్ల ఉన్న బాధ్యత లోనూ ఇమిడి ఉన్న ధార్మిక శక్తి ఏనాడో చేయి జారిపోయింది.

ఆరోజు శుక్రవారం. పన్నును సవరించడం కోసం రెవెన్యూ అధికారులు ఆరోజు వస్తారనే సంగతి శంకుమీనోన్ ముందే తెలుసుకున్నాడు. వివరాలు పూర్తిగా తెలియక పోయినా, గురుతరమైన విషయమేనని మాత్రం అర్థం చేసుకున్న మేనేజర్ వేలాయుధం కంగారుపడ్డాడు. "తల్లీ, వాళ్ళు నిన్ను చూడకూడదు. పూజ గదిలోనో ఎక్కడో తలుపు బిగించుకుని కూర్చో," శంకుమీనోన్ కార్తితో అన్నాడు. ఒకసారి కాదు, పొద్దున లేచి నప్పటి నుండి ఒక వందసార్లైనా చెప్పి ఉంటాడు ఆ మాట.

భ్రుకుటి ముడిపెట్టి 'ఎందుకు?' అన్నట్లు చూసింది కార్తి.

"వచ్చేవారు మంచి వాళ్ళు కాదు తల్లీ, మంచివాళ్ళు కాదు." ఆ మాటలు కార్తి మనసులో గట్టి ముద్రవేశాయి. "వాళ్ళు మంచివారు కాదు కాదు" వింటూ గట్టిగా అరిచింది కార్తి. మెల్లగా ఆ మాటలు తన రూపును కోల్పోయి ఒక విస్తృతమైన అర్థంతో ప్రతిధ్వనించాయి.

"మనిషి మంచివాడు కాదు; మంచివాడు కాదు." వెంటనే శంకుమీనోన్ ముఖం వివర్ణమైంది. రక్త నాళాలు కుదించుకుపోయి ముఖం వికారంగా తయారైంది.

"ఏంటీ...? వాళ్ళు నన్ను ఎత్తుకుపోతారా ?" అల్లరి నవ్వుతో అడిగింది కార్తి.

అధికారి కురుప్పు, తహసీల్‌దార్ మీనోన్ మేలేప్పురం వారి ఆస్తిపాస్తుల గురించిన దస్తావేజుల్ని అటుఇటు తిప్పి చూశారు. పత్తాయప్పురంతా తిరిగి చూశారు.

ఒక్కొక్క గదిలోకి తొంగి తొంగి చూశారు. వాళ్ళను అనుసరించే శంకుమీనోన్ ముఖ కవళికలను దయ్యమూ దేవుడూ పంచుకున్నట్లు అనిపించింది. ఒక నిమిషం సహనపు వెలుగు వెదజల్లినా మరో నిమిషం విషాదచ్ఛాయలు తచ్చాడాయి, అతని ముఖం మీద. తనిఖీ చేసేవాళ్ళు 'పత్తాయప్పుర' నుండి ముఖ్య భవంతిలోకి వెళ్ళారు. ఇంటికి ఉత్తర భాగాన వున్న హాలులో అడుగుపెట్టుగానే కురుప్పు, తహసిల్‌దారూ హడలిపోయారు. ముందుకు వేసిన పాదాలు వెనక్కు వచ్చాయి. ఎదురుగా కనబడిన మశూచి మచ్చలు నిండిన అమ్మాళు ముఖం చూసి భయభ్రాంతులైనారు వాళ్ళు. వెనక్కు తిరిగి నడిచే తహసిల్‌దార్ ఏదో వాసన పసికట్టాడు. తిరిగి పూజాగది వైపు నడిచాడు. ఆ గది తలుపు వద్ద కాసేపు నిలబడి అటూ ఇటూ చూశాడు. గొప్పతనపు మూట మోస్తూ నడిచే కురుప్పు ఏదో కనుసైగ చేశాడు.

శంకుమీనోన్ ముఖకవళికలు పూర్తిగా సైతాన్ చేతిలోకి వెళ్ళిపోయాయి. ముఖం మీద నరాలు బిగుసుకుపోయాయి. గడ్డపు రోమాలు తేళ్ళలా చలించాయి.

కురుప్పు పూజాగది తలుపు గట్టిగా తోసి తియ్యగానే చీకటి చెక్కలు వెనక్కు పడ్డాయి. ఆలోచించి పునర్ నిర్మించలేని దృశ్యం వాళ్ళకు ఎదురైంది.

ఒకే ఒక ప్రమిద వెలుగుతోంది. ఆ ఎర్రటి వెలుగులో నిలబడి ఉంది కార్తి, ఉగ్రరూపంలో ఆమె ముంగురుల నుండి స్వేద బిందువుల ముత్యాలు రాలుతున్నాయి. పారదర్శకంగా ఉండే దేహకాంతి, ధరించిన పట్టుబట్టలకన్నా కాంతివంతంగా ఉంది. ఏదో పురాతన దుఃఖపు మిగులులా రొమ్ముల కొసల నుండి నీటిబొట్లు రాలుతున్నాయి. అప్పుడు కూడా పెదవుల మీద ఎర్రటి నవ్వు విస్తరిస్తోంది. ఎవ్వరూ దగ్గరకు వెళ్ళ లేనంతగా భీకరంగా తీక్షణంగా వెలుగుతున్నాయి ఆమె కళ్ళు.

తడబడే అడుగులతో ఎలాగోలాగా పూజగది నుండి బయటికి వచ్చారు వాళ్ళిద్దరూ. రెండు చీకటి చెక్కలు వారి ప్రజ్ఞ పై రాలిపడ్డాయి. గోడ మీద తల అన్చి అడుగు మీద అడుగువేస్తూ నిద్రలో ఉన్నట్లు అడిగాడు తహిసిల్‌దార్ "ఎవ్వరూ...? ఎవ్వరది?"

ఆ ప్రశ్న కొన్నిసార్లు అడిగిన తరవాత శంకుమీనోన్ జవాబిచ్చాడు.

"దేవుడి గదిలో ఎవ్వరుంటారూ...?"

ఒళ్ళంతా వేడెక్కింది తహసిల్‌దారుకి. రెండు మూడు రోజులు ఆ వేడిలో మరిగింది అతని ప్రాణం. నాణ్యానాయర్ కాని, పట్నం నుండి తీసుకొచ్చిన అల్లోపతి డాక్టరు కాని అతనికి ఉపశమనం కలిగించలేకపోయారు.

మేలేప్పూరం తరవాడులో దేవుడు గదిలో తహసిల్‌దార్ అమ్మవారిని చూసి భయపడ్డాడనే వార్త ఊరంతా పాకింది. అమ్మవారికి దీపం వెలిగించమని ఇరుగుపొరుగు వారు నూనె, వత్తులు పంపారు.

ఇదంతా కష్టంగా అనిపించింది కార్తికి. ఆమె తనలోకి కుంచించుకుపోయింది. ఇంటిలో ఉన్నవాళ్ళ నుండి ఊరువాళ్ళ నుండి దూరమై పైకి తేలితేలి అదృశ్యమవడం గురించి ఆలోచించింది. అలా ఒంటరి అయిన ఒక ప్రాణమే కావచ్చు దేవుడు గదిలో ఇలవేల్పుగా కొలువున్నది.

రోజులు తరవాత తాను కూడా అదృశ్యమైతే జనం తనను కూడా ఆరాధిస్తారు. హారతి పడతారు. దీపం వెలిగిస్తారు. నూనె, పూలు పంపుతారు. ప్రార్థన వినడానికి, అనుగ్రహాలు వర్షించడానికి మాత్రమై, మరణించడానికి కూడా హక్కు లేకుండా బ్రతకవలసి వస్తుంది.

*

9

సముద్ర దేవతలు శృంగలావిముక్తం చేసిన గాలిలా ఇసుక తిన్నెలను దాటి వచ్చాడు ముసలియార్. మతానికి చెందిన మమ్మూటి మగతనమూ పురుష బలమూ తొణికిసలాడే అతడు 'భారతప్పుళ' దాటి వచ్చాడు.

పొడుగుగా ఎదిగిన చేతులతో రాక్షసుడిలా కనబడ్డాడు అతడు. అడవి దాటి కొండలను దొర్లించి రెండు మూడు అడుగులతో పొలాలను కొలిచి కొండల నుండి దూకి వచ్చాడు. ధమనుల్లో వేడితో నరాల్లో బలంతో గుండెలో జాలితో మమ్మూటి పరిగెత్తు కొచ్చాడు. దేనికీ జంకని కనులతో పెదవుల నిండా నవ్వుతో మమ్మూటి తలవంచకుండా వచ్చాడు.

శంకుమీనోన్‌కి ఆ సంగతి చెప్పినది వేలాయుధమే. పొన్నాని ఊరి ముస్లిం ఒకరు కొబ్బరికాయలూ పోకలూ కొని వ్యాపారం చేయడం కోసం ఊరిలోకి వచ్చాడని చెప్పాడు. మశూచి విత్తనాలను పట్టించుకోకుండా మిగతావి కొని ఒక చోట నింపుతున్నాడట!

పంటలు కొనేవాళ్ళు లేక డబ్బుకు బాగా ఇబ్బంది పడే రోజులు అవి. శంకు మీనోన్ చాలా సంతోషించాడు. కళ్ళం లోనూ అటకపైనా పోకలూ, ఎండుకొబ్బరీ నిండుగా ఉన్నాయి. అంతేకాక పన్నును సవరించడంవల్ల డబ్బు కట్టవలసిన బాధ్యతలు కూడా కొన్ని ఉన్నాయి.

మమ్మూటిని పత్తాయపురలోకి తీసుకొచ్చాడు వేలాయుధం. పడకకుర్చీలో పడుకొని ఉన్న శంకుమీనోన్ అతన్ని చూసి ఉలిక్కిపడ్డాడు. ఒకటిన్నర మనిషింత పొడుగున్న

మమ్ముటి వినమ్రంగా వంగి నమస్కారం చేస్తూ నిలబడి వున్నాడు. ఎదుట సరుకు బాగుంటే మొత్తం కొనడానికి తాను సిద్ధమేనని అన్నాడు. పొన్నాని సముద్రతీరం నుండి ఇతర దేశాలకు సరుకులు ఎగుమతి చేయటమేనట అతని వృత్తి.

కొత్తగా ఆర్జించిన సంపద తాలూకు మెరుపు మమ్ముటి ముఖం మీద ప్రస్ఫుటం గా గోచరించింది. దగ్గరకు కత్తిరించిన జుట్టు, గుండ్రంగా ఉండే గడ్డం, గంభీరంగా వున్నా నవ్వుతూ కనబడే పెద్ద పడవలాంటి పెదవులు- ఇది అతని రూపం. కొన్ని వస్తువులను ఒకచోట చేర్చడానికి, విడతీసి కట్టలు కట్టడానికి ఒక చోటు గురించి వెతుకుతున్నాడు అతడు.

'తన కళప్పుర' (పొలాలను ఆనుకొని వుండే చిన్న ఇల్లు) వాడుకోమని శంకు మీనోన్ అనగానే మనస్ఫూర్తిగా నవ్వాడు మమ్ముటి. కాళ్ళు చేతులు ఒకసారి సవరించు కొని వసారాలో నేల మీద కూర్చున్నాడు. మశూచి రోగ మేఘాలను దూరంగా తీసుకెళ్ళే ఒక గాలి అక్కడ నీరసంగా కదులుతూ ఉండేది. ఆ గాలికి మమ్ముటి జుట్టు ఎగిరెగిరి పడింది.

“నువ్వు అనుకున్నంతా కొనుక్కోవచ్చు. కాని సరుకుకు తగినంత ధర ఇవ్వాలి,” శంకుమీనోన్ లేని గౌరవం తెచ్చుకొని మరోసారి అన్నాడు.

గట్టిగా నవ్వాడు మమ్ముటి. అప్పుడు పొన్నాని కడలి తరంగాలు గర్జించాయి. తరంగాల లోపల ఉండే అమ్మమ్మ కడలి ఇగిళ్ళు బయటపెట్టింది. కడలి ఒడ్డున మంచి చెడు జిన్నులు చేతులు కలిపి నాట్యం చేశాయి.

హఠాత్తుగా కడలిలోని కెరటాలు శాంతించాయి. అంతా ప్రశాంతత నిండు కుంది. కార్తి మజ్జిగగ్లాసుతో శంకుమీనోన్ని సమీపించింది. ఆమెను చూస్తూ అలాగే ఉండిపోయాడు మమ్ముటి. ఎంత ప్రయత్నించినా ఆ అందాలరాణి నుండి దృష్టి మళ్ళించ లేకపోయాడు.

తన కళ్ళలోకి, వొంటిలోకి ఒక మగాడు రెప్పవాల్చకుండా చూస్తున్నాడని ప్రప్రథమంగా గమనించింది కార్తి. పైపైకి తేలిన ఆమె శరీరం మెల్లగా భూమి మీదకు దిగింది. నిప్పురవ్వలు వెదజల్లే ముఖంతో రక్త ప్రసారం పెరిగిన నరాలతో కూర్చున్న మమ్ముటిను ఆమె గమనించలేదు. కాని...

అతని చూపుతో తాను వివస్త్ర అయినట్లు తోచింది ఆమెకు. అది మమ్ముటి దృష్టిలో పడినట్లు... ఇంత అందమైన అద్భుత శరీరం తనకుందా? మదమెక్కిన ఏనుగులా తన గురించిన కొత్త విషయాలు కార్తి మదిలో మెదిలాయి.

తనకంటూ ఒక అస్తిత్వమూ, శరీరమూ లభించాయి. మరొకరిలోకి విద్యుత్తులా ప్రవహించే రూపం, ఏ భీతి లేకుండా ఏ సందేహానికి లోనుకాకుండా కళ్ళలో నక్షత్రాలు విరిసే అందం.

"కార్తీ... నువ్వు వెళ్ళు..."

మొద్దుబారి నిలబడిపోయిన కార్తిని శంకుమీనోన్ మాటలు లేపాయి.

మమ్ముటి హృదయంలోనూ కెరటాలు లేచాయి. శంకుమీనోన్‌తోనూ, వేలాయుధంతోనూ మాట్లాడుతూనే ఉన్నాడు కాని మధ్యలో మాటల తాడు తెగింది. ఎంత అణిచివేసినా ఆగని కెరటాల శక్తీ, సుడుల లోతూ తనలో ఉన్నాయని తెలుసుకున్నాడు మమ్ముటి. ధమనుల నుంచి వేడి కెరటాలు లేచాయి. హాయిగా నవ్వుతూ పొన్నాని నుండి వచ్చిన మమ్ముటి మనసులోన ఏదో సలుపుడు- తనకీ ఆశ్చర్యం కలిగేలా నిశ్శబ్దుడై శంకుమీనోన్‌గారి కళప్పురలో నిద్రపోయాడు.

నూతన ప్రపంచాల తలుపులు తన ఎదుట తెరుచుకున్నట్టు తోచింది కార్తికి. తన రూపం గురించి, శరీరం గురించీ అదుపులోకిరాని ఊహాలు ఏర్పడ్డాయి. అంత వరకు ఒక మగాడిని మత్తెక్కిస్తూ అతని కళ్ళు నక్షత్రాలుగా మార్చే వింత విద్య తనలో ఎక్కడో దాగి ఉందని ఆమెకు తెలియలేదు.

మేడమీదకు పరిగెత్తుకెళ్ళిన ఆమె జిజ్ఞాసతో సతమతమైంది. నిలువుటద్దం ముందు నిలబడి మెల్లమెల్లగా పై దుస్తులు జారవిడిచింది.

ఆ తరవాత ఒక ఆతృత ప్రప్రథమంగా కట్టలు తెంచుకుని దూకే స్వయం కామన యొక్క సూతి పొడుపులు- గబగబా మిగతా దుస్తులు కూడా తీసి విసిరేసింది. ముందుకు దూకే రొమ్ముల నుండి జ్ఞాన పరిమళం ఇంటినిండా పాకింది. ఆ లహరిలో సీతాకోకచిలుకలూ, కీటకాలూ, పాములూ, ఎలుకలూ, తోడు కోసం పరుగెత్తాయి.

ఎంత తీసినా, తీరనన్ని చుట్లు తన చీరకి ఉన్నట్లు తోచింది కార్తికి. అద్దం ముందు నించున్న ఆమె చమటతో తడిసి ముద్దైంది. చీర పూర్తిగా జారవిడిచి ఒక నిమిషం ఆలోచించింది. ఇది చేయాలా? మత్తెక్కిన తన మనసు ఇది భరించగలుగుతుందా? చివరికి తెగించి లో దుస్తులు కూడా విడిచింది. అద్దంలో కనబడిన ప్రతిబింబం రంగులోనూ రూపులోనూ పరిపూర్ణంగా ఉంది. ఆ రూపాన్ని ఆవహించి మత్తెక్కిన కార్తి బలహీనతతో ఆ రూపాన్ని ప్రేమించి లాలించడానికి తొందరపడింది. ఈ ప్రపంచంలోని ఏ క్రూరత్వానైనా సానుభూతితో అందుకునే భూదేవి యొక్క జాలితో ఆమె నేలపై వెల్లకిలా పడుకుంది.

ఉచ్ఛ్వాసాలతోపాటు రొమ్ముల కొసలు పైకి కదిలాయి. కళ్ళు మెల్లగా మూతలు పడ్డాయి. కనురెప్పల లోపలి వర్ణ ప్రపంచంలో తన ప్రతి అవయవమూ కరిగిపోయి మళ్ళీ పునర్జన్మ ఎత్తుతున్నట్లు గమనించింది.

పెదవులు సీతాకోకచిలుకలాగా సంకీర్ణ అరణ్యాలను వెతుకుతున్నాయి. బుగ్గలు వసంత పుష్పాలుగా వికసిస్తున్నాయి. స్తనాలు జోడించిన చేతులతో విడిపోయి గుండె

నుండి దిగి పర్వత సానువు లెక్కి అమృత నదులను స్రవిస్తున్నాయి. ఏదో శక్తి యొక్క విస్ఫోటనాన్ని మనసు ధ్యానిస్తోంది. బ్రహ్మాండమంతా తనలో గర్భస్థమైన నిండు అనుభవం- అప్పటికి ఆమె శరీరం దేశాల సరిహద్దులు దాటి ఖండాంతరాల్లోకి వ్యాపించింది.

ఏమిటీ అస్తిత్వపు లహరి! విశాలత యొక్క గర్వం! ఒడ్డు కనబడని కడలి యొక్క ఆత్మవిశ్వాసం! ఆనందంతో గర్వంతో కార్తి మనసు పులకించింది.

కాసేపటికి తాను మేలేప్పురం తరవాడులోని చిన్నమ్మాయి కార్తి అనే వాస్తవం గుర్తు రాగానే ఆమెకు తన మీద తనకే జాలి కలిగింది. ఇప్పటివరకు తన మీద తను ఏర్పరచుకున్న గౌరవం ఒక్కసారిగా సానుభూతిగా మారిపోయింది. కార్తి కళ్ళ నుండి కన్నీరు జాలువారింది.

జ్ఞాపకాల అడుగుదాకా వెళ్ళి చూసింది కార్తి. నష్టపోయిన వాటి, పగిలిన వాటి అవశేషాలు మాత్రమే మిగిలి ఉన్నాయి. ఆత్మా శరీరమూ ముక్కలై ఎన్నో సంవత్సరాలుగా చీకటిలో ఒంటరిగా పడి వున్నాయి. అది తెలుసుకున్నవారు కాని వాటిని కలిపేవారు కాని ఎవ్వరూ లేకపోయారు.

ఉత్సాహంగా ఉన్నప్పుడు మామయ్య దగ్గరకు వెళ్ళేది కార్తి. కాని అప్పుడు ఉబ్బసంతో బాధపడేవాడి ముఖకవళికలతో వుంటాడు అతడు. అయినా కాసేపు అక్కడక్కడే తచ్చాడుతూ ఉంది కార్తి. ఆమె దగ్గర అవుతున్న కొద్దీ దూరంగా వెళ్ళేవాడు ఆమె మామయ్య. చివరికి జుట్టు ఊడి తోక ముడిచి దయనీయంగా మరణించే జంతువుగా మారుతాడేమో, తన మామయ్య అనే అనుమానం కలిగినప్పుడు వెనక్కు తిరుగుతుంది కార్తి.

ఆ తరవాత తల్లిని సమీపించినప్పుడు ఆమె శరీరం, అవయవాలు కరిగి అంతా కలిసి ప్రవహించి ఒక అద్భుతమూర్తిగా తనను ఆరాధించే రెండు కళ్ళు మాత్రం మిగిలేవి. అప్పుడు పట్టరాని కోపం వచ్చేది కార్తికి. వెంటనే పరిగెత్తేది అమ్మమ్మ సమాధి వైపు. అక్కడకెళ్ళి అమ్మమ్మను పిలిస్తే, 'నువ్వు భయపడతావు తల్లీ,' అని ఆమె కూడా లేవడానికి నిరాకరించేది. చనిపోయినందువల్లనో లేకపోతే శరీరంలో కురుపులున్నందు వల్లనో తెలియదు. తను బాగానే ఉన్నానని వందసార్లు ఒట్టువేసి చెప్పినా, అమ్మమ్మ నమ్మేది కాదు.

చనిపోయిన వారు లేచి రాకూడదట! ఎంత మూఢనమ్మకం!

మమ్ముటి ఎవరని కానీ ఎందుకు వచ్చాడని కానీ తెలుసుకోవలసిన అవసరం రాలేదు కార్తికి. తన అవయవ సౌందర్యాన్ని కుతూహలంతోనూ నిశితంగానూ అతడు చూస్తూ ఉంటే తను బ్రతికే ఉన్నానని పదేపదే గుర్తు చేస్తున్నాడని అనుకుంది. మళ్ళీమళ్ళీ

ఆమె స్వయం పరిచయమవుతుంది. అతడు ఇంటి పెరటిలో వున్నా కళ్ళప్పుర అరుగులో పడుకొని వున్నా అతని దృష్టి తన చుట్టూనే వుందని కార్తి తెలుసుకుంది.

రోజులు గడిచిన కొద్దీ సరకులు సేకరించడం పట్ల శ్రద్ధ తగ్గింది మమ్ముటికి. కొబ్బరికాయలను, పోకలను వాటి నాణ్యత ఆధారంగా విడతీస్తూ రోజంతా మేలేప్పురం తరవాడులోనే గడిపాడు.

మమ్ముటి పని చేస్తూ వుంటే నిర్భీతితో నిస్సంకోచంగా అతని వద్ద నిలబడడానికి కార్తి జంకలేదు. చేయకూడని పనియేదో చేస్తున్నట్లు అనిపించలేదు. ప్రేమవల్ల విరిసే లజ్జ కాని, పిచ్చిచేష్టలు కాని ఆమె ముఖాన్ని కలుషితం చేయలేదు. మానవ సహజమైన మైత్రీభావం ఆమె కళ్ళలో తొణికిసలాడుతూ ఉండేది.

కార్తి మమ్ముటి వెంట ఉంటుందనే సంగతి శంకుమీనోన్ దృష్టిలో పడింది. ఆమెను అడ్డుకోవాలనే ఒక సామాజికస్పృహ తాలూకు స్పందన అప్పుడప్పుడు శక్తివంతమైన అతని మనసుని పడగగా మారుస్తుంది. ధమనుల గోడలు పగిలి నెత్తురు కారే నొప్పితో మనసు పడగ విప్పి ఆడుతుంది. వెంటనే వాస్తవంలోకివచ్చి సమస్యను తనలోకి తీసుకుంటాడు.

కార్తి గ్రహస్థితి వల్ల ఇలాంటిదేదో జరుగుతుందని అనుకున్నదేకదా? కార్తి తన సంరక్షణకు అతీతంగా కదా ప్రవర్తిస్తున్నది? పన్నును సవరించడం కోసం వచ్చిన వారు దేవుడు గదిలో ప్రవేశించినప్పుడు కార్తి అది రుజువు చేసింది కూడా. ఆమెను తిట్టే శక్తి కాని, ఆపేశక్తి కాని తనకు లేదుకదా అని అనుకున్నాడు శంకుమీనోన్. అంతేకాదు కార్తి తల్లియైన అమ్మాళుకు కూడా ఆ శక్తి ఉందని అనుకోలేదు అతడు.

మమ్ముటిని వెంటనే పెట్టే బేడా సర్దుకొని బయలుదేరమని చెప్పాలనే ఆలోచన వచ్చింది అతనికి. కాని అది అనివార్యదురంతాన్ని వేగిర పరిచినట్లు అవుతుందని అనుకున్నాడు. కార్తి కావాలని అనుకున్న దాన్ని ఆపటం, ఎవ్వరివల్లా సాధ్యంకాదని అతనికి ఖచ్చితంగా తెలుసు. తన బలమూ బలహీనతా సౌందర్యమూ అంతా అయిన కార్తి కదలికలను ఆమెకు తెలియకుండా గమనిస్తూ వచ్చాడు. జీవితం అందించే వేదన అనుభవించాడు. అనుభవించి అనుభవించి దాన్ని కొంచం కొంచంగా దిగమింగడం నేర్చుకున్నాడు.

సన్మార్గపు వెలుగుతో ముసురులేకుండా చివరికి ఆనాటి ప్రభాతం వికసించింది. ప్రాణానికి ఊపిరి పొయ్యడానికి అన్నట్లు కార్తి ఏటిలోకి వెళ్ళింది. స్వచ్ఛమైన గాలిలో ఆమె ముంగురులూ, ఒంటి మీద దుస్తులూ తేలియాడాయి. మమ్ముటిని వెతుకుతూ వెళ్ళే ఆ యాత్ర ఆమెకు ఒక రోజువారీ కార్యక్రమం. తల్లీ మామయ్యలూ తనను గమనిస్తున్నారనే జంకు కూడా లేదు ఆమెకు.

ఒక కొబ్బరికాయల గుట్ట క్రింద నిలబడి కాయల పీచు తీస్తున్నాడు మమ్ముటి. కార్తి రావటం చూసి కాయలు వలిచే గునపంపై తుఫాను రేపాడు. భుజాల ఎముకలకు రెక్కలు మొలిచాయి. చేతి ధమనుల్లో నుంచి గుర్రాలు లేచాయి. నిమిష నిమిషానికి తరిగే కొబ్బరికాయల గుట్టను చూసి ఆశ్చర్యపోయింది కార్తి. ఒక హిమాలయ పర్వతం నిమిషాల్లో కరిగి కొన్ని కొబ్బరికాయలుగా మిగిలిపోయింది.

మొత్తం కాయలు వలిచి గునపం నేల మీద నుండి లాగి పారేసి క్రింద కూర్చున్నాడు మమ్ముటి. మెల్లమెల్లగా మనసును అదుపులోకి తెచ్చుకున్నాడు. చాలా మామూలుగా చిరునవ్వైనా నవ్వకుండా రెప్పవాల్చకుండా తనను చూస్తూ నిలబడిన కార్తిని అడిగాడు.

"నువ్వు వస్తావా...?"

"వస్తాను," కార్తి జవాబిచ్చింది.

"ఎక్కడికి?"

"నాకు తెలుసుకోవాలని లేదు."

పొన్నానిలోని సముద్రపు ఘోష అప్పుడు అక్కడ వినిపిస్తున్నట్లు తోచింది మమ్ముటికి.

తన బలమూ మగతనమూ సౌందర్యరాశిని సొంతం చేసుకోవడం కోసమే పుట్టినవి కదా? పొన్నాని పిల్లలకు ఆరాధనామూర్తి యైన తను వాళ్ళ నుండి తప్పించు కొని తిరిగినది ఈ పిల్ల కోసమేనని ఇప్పుడు తెలుస్తోంది.

కాని ఆమె ముందు ఎంత హుషారు ప్రదర్శించినా ఆమె కళ్ళ నుండి ప్రసరించే కాంతిధారల ముందు తను కేవలం ఒక చిన్నపిల్లాడై మారిపోతున్నట్లు... తప్పటడుగులు వేసే పిల్లాడిలాగా ఏవో పిచ్చి పనులు చేసి భయపడుతున్నట్లు. వాత్సల్యపు కుంభాలు తెరిచిపోసిన నవ్వు నవ్వి కార్తి వెళ్ళగానే ఆ చల్లతనానికి మనశ్శాంతి చేకూరుతుంది.

భారతప్పుళ దాటి వచ్చిన మమ్ముటి సేకరించిన సామానుతో కళప్పుర నిండి పోయింది. బంగారురంగులోకి మారిన పోకలూ, నూనెతో నిండిన కొబ్బరికాయలూ వాడుకకు తయారైనాయి. బాధ్యతాయుతంగా వుండే మమ్ముటి తను బయలుదేరడానికి వారంరోజులు ముందే శంకుమీనోన్ని కలిసి అన్నాడు. "దొరా పొన్నానికి వెళ్ళిపోవాలని అనుకుంటున్నాను. లెక్కచూడండి మిగిలినవి ఇచ్చేస్తాను."

ఆరోజు రాత్రి 'పత్తాయప్పుర' మేడ మీద పడుకున్న శంకుమీనోన్‌కు నిద్ర పట్టలేదు. గంటగంటకీ ఒకసారి తలుపు బయటికి వచ్చి చూశాడు. అంతవరకూ సంతరించుకున్న సంయమనపు ఆత్మసంపద వాకిటిలో పడిన వాననీరులా కారి దూరమవుతున్నది. ఏదైనా విషాద సంఘటన అనివార్యమని తెలిస్తే దాన్ని స్వీకరించగల

మనోబలం ఉండాలి. లేకపోతే ఎదుర్కోగల ధైర్యం ఉండాలి. కార్తికి వ్యతిరేకంగా వేలెత్త లేని తాను, పట్టించుకోకుండా ఉండడమే మేలని అనుకున్నాడు. అలా ఉండాలంటే మనసు దృఢంగా ఉండాలి. కాని అంతవరకు ఎరుగని ఎత్తుపల్లాల్లో, సుడుల్లో ప్రవహించే తన మనసు తనదేనా అనే అనుమానం కలిగింది శంకుమీనోన్‌కి. హఠాశు డైన కొన్ని వేళల్లో పరుగెత్తుకెళ్ళి అమ్మాళుకు వివరాలు చెప్పి సలహా తీసుకోవాలని అనిపించేది. లేకపోతే మేనేజర్ వేలాయుధానికి అంతా చెప్పి ఏడ్చి ఏదైనా దారి చూపమని అడగాలని అనిపించేది. కాని ఎంతో ఉన్నతుడుగా పరిగణింపబడే తను చెల్లెలి ముందూ మేనేజర్ ముందూ విలపించటమేమిటిని ఊరుకున్నాడు.

కిటికి వద్దకు వచ్చి చూసిన ప్రతిసారి వెన్నెల యొక్క తెల్ల మచ్చ, చీకటి యొక్క మసి నలుపు స్త్రీ పురుష రూపాలుగా కనబడ్డాయి. కనబడేవి నీడా, తెలుపూ అని ఖచ్చితంగా తెలిసినా అతని మనసు వాటిని స్త్రీ పురుష రూపాలుగా మలచుకుంటుంది. మళ్ళీమళ్ళీ స్త్రీ పురుష రూపాలు దిగిరావడం ఊహించిన అతని కండరాలు పత్తాయప్పుర నుండి దూకడానికి ప్రయత్నించింది.

ఎంత ప్రయత్నించినా కిటికీ వద్ద నుండి జరగటం కానీ, నిద్రపోవడం కానీ కుదరదని అతనికి తెలుసు. కాని అలాగే నిలబడి ఆలోచిస్తే తను ఏదైనా అఘాయిత్యం చేసుకుంటానేమోననే భయం కలిగింది.

గాలివానలో చిక్కుకున్న మనసులో హఠాత్తుగా ఒక మెరుపు మెరిసింది. గబగబా మెట్లు దిగాడు. క్రింద వసారాలో పడుకుని ఉన్న వేలాయుధాన్ని తట్టిలేపాడు. అటక మీద వెతికించి ఒక లావుపాటి ఇనుపగొలుసూ తాళమూ తీయించాడు. కిటికికి ఎదురుగా పడకకుర్చీలో కూర్చుని గొలుసుతో తనను కట్టమని ఆజ్ఞాపించాడు. మారు మాట పలకకుండా యజమాని మాటల్ని అనుసరించే వేలాయుధం ఒక రోబోలా ఆ పని చేశాడు. ఇనుపగొలుసుతో కాళ్ళు చేతులు బంధించబడిన శంకుమీనోన్ స్త్రీ పురుష రూపాల కోసం ఎదురుచూస్తూ కూర్చుని ఆలోచించాడు. తాత్విక చింతన యొక్క అరిటి నారుతో ఎంత బలంగా కట్టిపడేసినా ఆ సమయంలో కట్టలు తెంచుకుంటుంది కోపం. చెడు చూడకుండా దూరంగా వుండే శక్తిలేదు మనసుకి. చూస్తే ఏం జరుగుతుందని ఊహించనూ లేదు. స్వయంగా తెలుసుకోలేనివాడి శరీరం ఇనుపగొలుసులకు బానిసవు తుంది.

మరునాడు తెల్లవారగానే వేలాయుధం వచ్చి గొలుసు విప్పాడు. ఆ తరవాత మరో అయిదు రాత్రులు కూడా అలాగే గొలుసుతో బంధించుకుని రెప్పవాల్చకుండా కిటికి నుండి చూస్తూ కూర్చున్నాడు శంకుమీనోన్.

ఎల్.ఆర్. స్వామి

ఆరో రోజు రాత్రి– వెన్నెల మసకమసకగా మారిన వేళ– రాత్రి పూట మరో సంధ్య వెలుగు చిక్కపడే లక్షణాలు కనబడ్డాయి. గత అయిదారురోజులుగా శంకుమీనోన్ తన మనసులో చెక్కుకున్న రూపాలు బయటికి వచ్చాయి. మమ్ముటి నీడ కార్తిని పూర్తిగా కమ్మేసినట్లు కనబడింది.

హఠాత్తుగా ఒళ్ళు మొద్దుబారిపోయినట్టు తోచింది అతనికి. అయినా సంభాళించుకున్నాడు. కిటికి ఊచల్ని గట్టిగా పట్టుకొని నిలబడ్డాడు. పీడకలల్లో ప్రత్యేక్షమయ్యే దుర్భర బాధలే కదా నిజజీవితంలో జరిగే సంఘటనలు. ఇంటి వాకిలి దాటి కార్తి గేటు దగ్గరకు చేరగానే కేవలం అస్థికలతో మిగిలిన ఒంటరి గుండెలా ఉండిపోయాడు.

ఆ తరవాత ఏమైందని గుర్తులేదు. ఎలాగోలా కార్తిని పోగొట్టుకోకుండా చూడమనే సందేశాలు వేలకు వేలు అతని ధమనుల్లో పాకాయి. కోశాలు ముక్కలుగా విభజించి లేపిన శక్తి యొక్క ప్రళయంలో అతడు రాక్షసుడుగా మారాడు. పత్తాయప్పుర మేడ మీద నుండి గాలిలోకి పాదాలు వేసి గేటులోకి దూకడానికి శరీరం ముందుకు వంగింది.

ఇనుపగొలుసులు గర్జించాయి. ఆ ఎదురుదాడికి అవి వేడెక్కి పెద్ద సవ్వడి చేశాయి. గది నేలపై నిలబెట్టిన పడకకుర్చీ విరిగిపోయింది.

చివరి యుద్ధంలో అతని మనసు మరో మార్గం లేక శరీరం నుండి బయటపడి నియంత్రణాతీతమై గేటు దాటే కార్తిని సమీపించింది.

"నువ్వు వెళ్తున్నావా..."

ఎవరో కుదిపి పిలిచినట్లు కార్తి చివరగా ఒకసారి వెనక్కు తిరిగి చూసింది. ఆ సమయానికి రక్తసిక్తమైన కాళ్ళూ చేతులుతో కుర్చీలోనే స్పృహ కోల్పోయి పడి వున్నాడు శంకుమీనోన్.

మసక వెన్నెలలో మేలేప్పురం ఇంటి రూపురేఖలు ఒక అస్థిపంజరంగా మిగిలాయి. ఆజానుబాహువులైన వృక్షాలు చీకటికి కాపలాదార్లుగా మేలేప్పురం ఇంటి పెరటిలో కాపలా కాసాయి. 'పంది పరంబు'లోని మట్టిపొరల్లో నుండి మశూచి యొక్క వేడి నిట్టూర్పులు ఎగిశాయి. చూపులకతీతమైన దూరంలో ఎక్కడో దాగి ఉండే ఒక లేత ఉదయపు పొరల్లోకి నడిచారు మమ్ముటీ, కార్తీలు.

మమ్ముటి పాదాలను ఏకాగ్రత రూపమెత్తినట్లు కనబడిన కార్తి ఒక నీడలా అనుసరించింది. ఇంత త్వరలో ఆమె తనతో నడిచి వస్తోందనే వాస్తవాన్ని జీర్ణించుకోలేక పోయిన మమ్ముటి ఒకే ఒక నిమిషంలో ఆమెను భుజానికి ఎత్తుకున్నాడు. అప్పుడు అతనికి నమ్మకం కుదిరింది తనపై, తన అవయవాలపై. తొడలోని కండరాలు అలలా కదిలాయి.

శాప విముక్తులైన ధూళి మేఘాలు మమ్ముటి నడిచిన బాటలో లేచి మిగిలిన జ్ఞాపకాల్లా మేలేప్పురం తరవాడు దాకా పాకాయి.

పొలం గట్టుల మీద నుండి ఇరుకు సందుల్లోకి సందుల్లో నుండి కొండలెక్కి దిగే దారుల్లోకి వాళ్ళు సాగారు.

మమ్ముటి నిశ్వాసాలు వెచ్చని ధారలుగా మారి కార్తి తొడల్ని వెచ్చగా చేస్తున్నాయి. ఒక నిమ్నము నుండి పరిగెత్తుకెళ్ళి సమతలం చేరితే పాదాలు తడబడ్డాయి. మట్టినీళ్ళతో నురుగులు కక్కే భారతప్పుళ్ల దూరం నుండి కనబడగానే అతడు ఆగి ఊపిరి పీల్చుకున్నాడు. నదిని చూసిన కార్తి భుజం మీద నుండి దింపమంది. అతని శరీరాన్ని రాసుకుంటూ క్రిందకి జారుతూ వుంటే అతని నాసిక నుంచి, నోటి నుంచి విడుదలవుతున్న వేడి గాలి తగిలింది ఆమెకు. దాన్ని ఆస్వాదించింది ఆమె. ఆయాసంతో, తడిసిన నేలమీద తడబడే అడుగులతో నడిచారు.

నురగుల పెద్దకూటమిలు పగిలి మళ్ళీ కలిసి ప్రవాహవిస్తృతిలో ప్రవహిస్తున్నాయి. నదిలో విలీనమై వచ్చేది ఏ పర్వతమో! తన అమూల్యానిధితో ఈది నదికి అవతల ఒడ్డు చేరగలననే దాన్ని గురించి మమ్ముటికి అసలు అనుమానం కలగలేదు. తన శక్తిని ఊది జ్వలింపచేసి అతడు తయారైనాడు.

వంగినప్పుడు బండరాయిగా మారిన తన వీపు మీద ఎక్కమని అతడు కార్తికి చెప్పాడు. ఆమె కదలలేదు, సుడులు తిరిగే ప్రవాహం చూస్తూ నిలబడింది.

“భయపడక, ఎక్కు. నిన్ను మోస్తూ రెండుసార్లు నది దాటగలను, నాకంత బలం ఉంది,” మమ్ముటి అన్నాడు.

“నిజమే... కాని పిచ్చి యెక్కిన నదికి అది తెలియదుకదా. నేను వస్తున్నానని దానికన్నా ముందు...”

మాటలు పూర్తి చేయకుండానే హోమకుండంలో అర్పించే హవిస్సులా కార్తి మమ్ముటి తాపంలో అంటుకుపోయింది. అది ఆమెకు అవసరం, అత్యవసరం. కోరిక నిండిన పెదవులతో ఆమె మమ్ముటి వక్షస్సులోకి ఈదింది.

నది దాటకపోతే... అలాంటి సాధ్యత గురించి ఆలోచించలేకపోయింది కార్తి. అంత సాహసం చేస్తే... జీవితం అభాసుపాలైతే... అలాంటి దిశల్లో సాగాయి కార్తి ఆలోచనలు.

వణికే పెదవులతో మమ్ముటి గుండెలో తల దాచుకుంది. అతని చేతులు ఆమెను వాటేసుకున్నాయి. అంతా అందుకోవడం కోసం ఆమె పడుకుంది. మూర్తీభవించిన సంపూర్ణ స్త్రీ సౌందర్యం యొక్క మూస తడిసిన ఇసుకలో తయారైంది. మమ్ముటి ఒంటిలోని వేడి ఆమె ప్రతి అణువులోనూ పాకింది; మెడలో, పెదవుల్లో, రొమ్ముల

మధ్య, ఊరువులో... ఒకచోట తరవాత మరోచోట రసానందపు మొగ్గలు వికసించి ముడుచుకున్నాయి. చివరికి జననాంగంలోకి పాకిన ఉష్ణంతో ఆమె మైకపు సరిహద్దుల్లోకి జారుకుంది. ముక్కలు చెయ్యబడే తన శరీర సీమలను తెలుసుకుంది; భరించింది.

లొంగిపోవటమనే ఆనంద శిఖరాల్లో నించుని కార్తి తొంగి చూసింది, కోటాను కోటి ఆనందాల సూర్యులు.

“ రా ఇంక పద. ఇక ప్రమాదపు నది కానీ, సముద్రం కానీ... ఏదైనా కానీ... కలిసి దాటుదాం.”

అవరోహణపు మెట్ల నుండి జారే మమ్ముటి శరీరాన్ని ఆమె తట్టి లేపింది. అభినందనలు అందుకున్న బాలుని అల్లరి నవ్వుతో అతడు కార్తి నుండి ముఖం తిప్పుకున్నాడు. నదీ జలంలోకి శయన ప్రదక్షిణం చేసి తన నగ్నతను దాచుకున్నాడు. అతని స్వచ్ఛమైన నవ్వుని నదిలోని అలలు అందుకొని అద్దంలో లాగా పలుచోట్ల ప్రతిబింబించాయి.

జలస్ఫటికం నుండి వంకరగా తిన్నగా పెరిగిన మమ్ముటి యొక్క శరీర చిత్రాలను చూస్తూ కూర్చుంది కార్తి.

ఎంత అందం! ఆమె ఆశ్చర్యబోయింది.

కొన్ని నిమిషాల క్రితం ఇంత అందం తన ఒంటిని కప్పి వేసిందనే విషయం నమ్మలేకపోయింది. ఆమె ఆ అపనమ్మకంలోని భాగంగా నది తన ప్రియుడిని తస్కరిస్తుందేమోననే భయం రాగానే ఆమె నీటిలో దిగి మమ్ముటిని బయటకు లాగింది.

కార్తిని వీపు మీద ఎక్కించుకుని, ఒక తెప్పలా భారతప్పుళ దాటాడు మమ్ముటి. వీపును అంటుకొని ఉండే కార్తీ బరువు తక్కువ ఉండటం వల్ల ఆమె మత్స్యకన్నెగా మారిపోయిందేమోనని ఊహించి సరదాపడ్డాడు. నదిలో ఈదేటప్పుడు ఆమె శరీర స్పర్శకి పులకరించాడు.

ప్రవాహపు శక్తికి తట్టుకొని నది మధ్య ఈదేటప్పుడు కూడా మమ్మటికి ఇబ్బంది అనిపించలేదు. మేలేప్పూరం తరవాడులో అంతవరకు మండిన ఉత్కంఠ, భయాందోళనలు ఎప్పుడో ఎక్కడో కాటువేసి పడగ ముడుచుకున్నాయి. మరణ భయం కూడా కొన్ని నిమిషాల క్రితం జరిగిన స్కలనంతో కొట్టుకుపోయింది. అంతవరకు అనుభవం లోకి రాని ఒక ప్రశాంతత అతన్ని స్థితప్రజ్ఞుణ్ణి చేసింది.

*

10

ఊరు దగ్గరవుతున్నకొద్దీ మమ్ముటి గుండెలో వందలకొద్దీ ఆహ్లాదపు భరిణెలు తెరుచుకున్నాయి. ఆ ఆనందోత్సాహంతో పక్కనే నడిచే కార్తిని కూడా మరిచాడు. ఒకటో అంకె నుండి మళ్ళీ లెక్కపెడుతున్నట్లు గతకాలపు చిత్రాలు సంఘటనలు మనసులోకి కొట్టుకొచ్చాయి.

అతనికి పెళ్ళి చేయాలని ఇంటి వాళ్ళే కాదు ఊరి వాళ్ళు కూడా చాలాకాలంగా ప్రయత్నిస్తున్నారు. పొన్నాని వారి కనుపాపగా చాలా ఇళ్ళకు వెళ్ళవలసి వచ్చినప్పుడు ఎన్నెన్ని నల్ల కనులు అతన్ని చూపులతో పీకలేదు! సగం ముఖాలను పర్దాల్లో దాచి ఎందరు తొంగి చూడలేదు!

తనను ప్రలోభపరిచిన వాళ్ళందరికి ఒక గుణపాఠం నేర్పిస్తున్నట్లు అంతవరకు ఊరు చూడని గొప్ప అందంతో రావటం అతనికి ఆనందం కలిగించింది. కార్తిని ఒకసారి చూస్తే ఊరిలోని మనుషులే కాదు, ఇసుక రేణువులు కూడా పులకరిస్తాయనేది అతని నమ్మకం. ఆశ్చర్యం విరబోసిన కళ్ళతో ఆశీర్వాదాలతో వంగి స్వీకరిస్తారని అనుకున్నాడు.

అన్నయ్య పెళ్ళి గురించి కళ్ళలో వొత్తులు వేసుకుని ఎదురుచూసే ఆయేషా ఎంత ఆశ్చర్యపోతుంది! మమ్ముటి పెళ్ళి చేసుకోకుండా తన పెళ్ళికి అడ్డుగా ఉన్నాడని అనుకునే పెళ్ళి కాని తమ్ముడు బీరాన్ అడ్డు తొలిగింది కదా అని హాయిగా ఊపిరి పీలుస్తాడు. మమ్ముటి విషయంతో వాళ్ళకు ప్రత్యేకమైన ఆకాంక్షలు తొందరలూ ఎందుకు ఉండవు...?

ఎల్.ఆర్. స్వామి

చిన్నప్పుడే తల్లిదండ్రులు చనిపోయినందువల్ల తను కదా వాళ్ళని పెంచాడు..? తల్లిదండ్రులు పోయారనే బాధ లేకుండా పెరగడానికి ఊరివాళ్ళు కూడా చాలా దోహద పడ్డారు. మమ్మూటి ఊరివాళ్ళకు ఎప్పుడూ మంచివాడూ నమ్మకస్తుడూ. పెద్దవాడైనాక ఊరిలో ఏ పనికైనా మమ్మూటియే ఉండాలి. మామూలుగా జరగని పనులకైతే ఇక చెప్పనక్కరలేదు కూడా. పొరుగూరి వారుతో సముద్రంలో గొడవ జరిగినా, గంగపుత్రులు కనబడకపోతే వెతకడానికైనా మమ్మూటియే కావాలి.

అందరి నుండి భిన్నంగా వుండే తనకి పెళ్ళి విషయంలో కూడా ఒక ప్రత్యేకత ఉండాలి కదా! ఇదిగో తీసుకొచ్చాను, మీరెప్పుడు వినని ఊరి నుంచి ఒక అందాల రాశిని- ఖురేషిని.

ఆలోచనల్లో ఆహ్లాదపు మతాబులు వెలిగిస్తూ వెలిగిస్తూ పొన్నానిలోని అంగడి వీధి చేరిన విషయం గమనించలేదు మమ్మూటి.

హఠాత్తుగా కళ్ళు తెరిచి చూసినప్పుడు అంగడి వీధిలో వున్నాడు. ఇరుకు వీధుల్లో అర్ధనిశ్వాసంలా నిశ్శబ్దం నిండి ఉంది. నగ్నపాదాలతో మమ్మూటీ, కార్తీ పడమటి వైపు నడిచారు.

మమ్మూటిని తెలియనివారు అంగడిలో లేరని ఖచ్చితంగా చెప్పవచ్చు. ఒక స్త్రీతో వచ్చే తనకు ఆశ్చర్యంతో స్వాగతం పలకడానికి ఎవ్వరెవ్వరో ఉంటారని అనుకున్నాడు మమ్మూటి.

దాచిన ప్రాణంలా చలనరాహిత్యం చూసి అతడు ఆశ్చర్యపడలేదు. కాని చూసేస్తే నిజమేనా అనే అనుమానం కలిగింది. దుకాణాల అరుగు మీద కిటికీ ఊచల అవతల కనబడే ముఖాల మీద నుండి ఏవేవో రాలిపోయినట్లు అన్ని చోట్లా నిండు అపరిచితత్వం.

రోడ్డుకి రెండువైపులా నిశ్చలశిల్పాల్లా నిలబడిన వారిని కదలించడానికి మమ్మూటి తన చేతులెత్తి పలకరించాడు; గొంతు సవరించి మాట్లాడడానికి ప్రయత్నించాడు కానీ పెదవి పెగలలేదు.

"ఒరేయి సులైమాన్... ఒరేయి ఆలీ.. మీకెవ్వరికి నేను తెలియదా?" అని గొంతు చించుకొని అరవాలని అనుకున్నాడు. కాని తనలోని శక్తి ఎక్కడెక్కడో పడి పగిలి పోతున్నట్లు అనిపించింది రెండు చెవుల్లోనూ. దగ్గరలోనే ఉండే సముద్ర ఘోష కూడా బుర్రకెక్కడం లేదు. నిశ్చేతనపు పతనంలో పెద్ద పెద్ద పడగలుగా అలలు కూడా ఘనీభవించి ఉన్నాయి.

సౌందర్యరాశిని మోసి నది దాటి వచ్చిన తనకు స్వాగతం పలికే ఊరి శత్రుత్వమా? మొనలు, ముళ్ళూ పగిలి దంష్ట్రాలు మొలచి ప్రకృతి యొక్క భావం

కూడా మారినట్లుంది. ఎడంవైపు నడిచే కార్తి కాంతివలయం తీసేస్తే తను ఒక అనాథ అని తోచింది మమ్ముటికి. ఒక నిమిషం అప్రయత్నంగానే కార్తికి దగ్గరగా చేరి నడిచాడు.

మమ్ముటి ఇంటి కవాట స్తంభంపై కూర్చుని వున్న రెండు కాకులు అరిచాయి. పరిపూర్ణత్వంలో సమానమైన ఒక పురుషుడు, ఒక స్త్రీ గుమ్మం దాటిన వాయు ప్రవాహం లో అవి రెక్కలాడించి ఎగిరిపోయాయి.

మమ్ముటి వెనక్కు తిరిగి చూసినప్పుడు అనుమానంగా గేటు వద్దే ఉండిపోయిన కాళ్ళ వ్రేళ్ళు కనబడ్డాయి. అతని చూపు నుండి శక్తి సంతరించుకున్నట్లు ఆమె కదిలింది. మార్బుల్ పరిచిన హాలులోకి వచ్చారు. ఎదురుగా గాజుపేటికలో కనబడింది 'కాబారాయి' తాలూకు ఛాయా చిత్రం– మక్కాలోని మదీనాలోని మినారులు, వాటి మధ్య వివిధ రంగుల్లో వ్రాయబడిన అరబీ అక్షరాలు.

నిగూఢంగా ఏవో ప్రవచించే వాటిల్లోకి, తన నుదుటి వ్రాతలోకి అన్నట్లు కళ్ళు ఉరిమి చూసింది కార్తి.

ఇంటిలోపల నుండి ఒకరు తరవాత ఒకరు పిల్లలూ, పెద్దలూ స్త్రీలు– బయటికి వచ్చారు– కార్తికీ మమ్ముటీకి చుట్టూ ఒక వలయం సృష్టించారు. చెల్లెలు ఆయేషాతో అన్నట్లు మాట్లాడాడు మమ్ముటి, "సరుకులతో పాటు ఇదీ దొరికింది. ఇంక ఇక్కడే ఉంటుంది నా బీవిగా."

ఆయేషా కళ్ళ నుండి కనుగుడ్లు రాలిపోయి వుండేవి అప్పటికే. వాటి స్థానంలో మొదలులేని ఒక గొట్టం క్రిందకి దిగి శూన్యంగా పడి ఉంది. ఆమె స్పందించడం లేదని గమనించి మమ్ముటి ఆమె నుండి దృష్టి మళ్ళించాడు. తనను చూడగానే పరిగెత్తుకొచ్చి చేతుల్లోనూ భుజాల్లోనూ ఎక్కే మేనకోడళ్ళూ మేనల్లుళ్ళూ అపరిచితుడ్ని చూసినట్లు దూరంగా నిలబడివున్నారు.

మమ్ముటి ఒకొక్కరి ముఖం మీదకు మారి మారి చూశాడు. ఏం జరిగింది ఇక్కడ? ఏమిటి సమస్య? ఒకరి ముఖం నుండి మరొకరి ముఖానికి జారిన అతని దృష్టి చివరికి పడమటి కడలిలో పడింది. ఆశ్చర్యం! అప్పుడు కూడా సముద్రం నిశ్చలంగా మొదటి పడగలపై గట్టిగా నిలబడి వుంది! కడలి గాలి యొక్క రెక్కలు విరిగి ఈకలుగా ఇసుకలో చిందరవందరగా పడి వున్నాయి.

పొన్నాని నీటికి ఎరువుకి ఎదిగిన ఆత్మకు రోషం అనిపించింది. తనను పరాయిని చేయడానికి ఈ మాత్రం చాలా? అందరూ కలిసి ఏదో గూడుపుఠాణి చేసినట్లు తోచింది.

గబగబా హాలులో పచార్లు చేశాడు మమ్మొటి. ఒక విస్ఫోటనానికి అవసరమైన ముందుగుండు సామానుల కలయిక జరుగుతోంది. అతని మనసులో అణిచివేయబడిన సహనపుతాడు తెగింది. అతడు హఠాత్తుగా గర్జించాడు. "ఏమిటీ మీకు నేను తెలియదా? లేకపోతే మీ నాలికలు పడిపోయాయా…?"

ఆ గర్జన యొక్క ప్రభావంవల్ల ఇంటి పునాది నుండి ఇసుకరేణువులు లేచి ఎగిరాయి.

ఆ సమయంలో గేటు దాటి వస్తున్నారు బీరానూ అవరు ముసలియారూ. బీరాన్ని చూసిన వెంటనే మమ్మొటి ఆవేశం ఆపుకోలేక పరిగెత్తుకెళ్ళి అతని భుజం మీద చేయివేసి అడిగాడు.

"చెప్పు బీరాన్ చెప్పు, నీకు నేను తెలియదా? అంగడి వీధిలోని ఎవ్వరికీ నేను తెలియదట! తోబుట్టువు ఆయేషాకీ తెలియదు. ఆమె పిల్లలకూ తెలియదు. మొత్తం పొన్నానికే నేను తెలియదట!"

సోదరుడూ స్నేహితుడూ అయిన బీరాని వైపు ఆశతో ఉరిమి చూశాడు మమ్మొటి.

చిందరవందరగా పడి వుండే ఆలోచనలను ఏరే తొందరలో వున్నాడు బీరాన్. మమ్మొటి పట్ల ప్రేమకన్నా ఏదీ సక్రమంగా లేదనే కంగారు అతని మనసుని లొంగ తీసింది. పొన్నాని వీధులు పాడటం మొదలుపెట్టిన హడలెత్తించే కథలు వేడివేడిగా తెలుసుకొని వస్తున్నాడు అతడు.

అయినా గుండెలోతు నుండి వచ్చే మాటలా అరిచాడు "నువ్వు తెలియకపోవట మేమిటీ?"

అస్థికలు విరిగే ఒక ఆలింగనం నుండి మెల్లగా బీరానుకు విముక్తి కలిగించాడు మమ్మొటి. సంతృప్తిపడక ఎడం భుజం మీద కుడి భుజం మీద మళ్ళీ మళ్ళీ హత్తు కున్నాడు.

వ్యతిరేక శక్తులు మమ్మొటికి ఎదురుగా లేపిన కోటలు మెల్లమెల్లగా కూలాయి. కొత్తగా ప్రాణం పోసుకున్న కనుపాపల్లో దీపం వెలిగించి ఆయేషా ముందుకు వచ్చింది. అల్లరి నవ్వులతో పిల్లలు అతన్ని సమీపించి అతని వ్రేలు, బట్టలు పట్టుకుని వాసన చూడటం మొదలుపెట్టారు. ప్రశాంతంగా వున్న సముద్రానికి హఠాత్తుగా హుషారు వచ్చింది. పూర్వస్థితి చేరుకుంది. ఇసుకలో చెదిరిన ఈకలను కలిపి గాలి పిట్టలు మళ్ళీ పుట్టాయి. అవి ఎగిరి కదులుతూ ఘనీభవించిన వాతావరణాన్ని తేలిక చేసింది.

గట్టిగా నిట్టూర్చాడు మమ్మటి. కార్తి నవ్వింది. నవ్వగానే పొన్నాని సముద్ర తీరంలోని మధ్యాహ్నపు ఎండ మసకబారింది. తీరని ప్రశ్నలతో వివరణలతో ఇంటిలో వారంతా మమ్ముటిని చుట్టుముట్టారు.

తను పోగొట్టుకున్నానని అనుకున్నవి తిరిగి పొందినా అతని మనసులో ఎన్నో సందేహాలు మిగిలాయి. స్పర్శకైనా తెలియని ఒక సన్నటి చలిపొర ఇంకా ఆయేషా ముఖం మీద మిగిలి లేదూ...? బీరాన్ కళ్ళలో సదా వెలిగే దీపాల కాంతి తగ్గలేదూ...? లేకపోతే కార్తిలో వెలిగే సూర్యుని వెలుగులో అన్నీ వెలుగు కోల్పోయినట్లు అనిపిస్తోందా... మమ్ముటికి అనుమానాలు...

కార్తికి కలిమి చెప్పించి (ముస్లిముగా మత మార్పిడి చేసే తతంగం) ముస్లింల సాంప్రదాయ దుస్తులు తొడిగించడం గురించి ముసలియార్‌తో (ముస్లిం పురోహితుడు) చాలా ఉత్సాహంగా మాట్లాడాడు మమ్ముటి. ఆ కుటుంబానికి ఆప్తమిత్రుడూ శ్రేయోభిలాషియైన అవరు ముసలియారే కదా, ఇలాంటి విషయాల్లో సలహా ఇవ్వగలిగే వాడు.

మసీదులో నమాజ్ చేసే సమయం గురించి చాలక్ (పిలుపు) ఇచ్చేది, సాధారణ ముస్లింల ఆధ్యాత్మిక అవసరాలకు నాయకత్వం వహించేది అతనే...

చాలా ఆవేశంగా మాట్లాడిన మమ్ముటితో ఆచితూచి మాట్లాడాడు అతడు; చాలా గాంభీర్యంతో మాట్లాడాడు. కలిమి చెప్పి మతం మార్చుకోడంలోని గొప్పతనం గురించి పదకొండు పాఠాల (ఇస్లాం మతంలోకి మారేటప్పుడు చదవవలసిన పదకొండు పాఠాలు, ఇస్లాంమతంలో అనుష్ఠించవలసిన సాంప్రదాయాలు ఇందులో వుంటాయి) శ్రేష్ఠత గురించి వివరించాడు. పొడిపొడిగా మాట్లాడి హఠాత్తుగా మాటల్ని ఆపేశాడు.

సంవత్సరాల తరబడి పెదవులు చెప్పిన ఎన్నో కథలు అతన్ని వెనక్కు లాగాయి. తన ఇంటివారూ, మమ్ముటి ఇంటివారు మూడు నాలుగు తరాల క్రితం మతం మార్చు కున్నవారే.

చెప్పలేని ఏవో జ్ఞాపకాల వేధింపులు కార్తి ముఖం చూడగానే అతని గుండెలో నిండాయి. ఈ జన్మలో అనుభవించని వాటి గురించిన జ్ఞాపకాలు కూడా మనిషి మనసులో ఉండిపోతాయా...?

అవ్యక్తమైన ఏవో సాదృశ్యాలను వెతుకుతూ చాలాసార్లు కార్తిని చూస్తూ కూర్చున్నాడు. కళ్ళు వెనక్కి తీస్తే వెంటనే ఏదో వెతుకుతూ ఆమెవైపే దృష్టి మళ్ళుతుంది.

అమ్మవారి సంబరానికి వెళ్ళేటప్పుడే ఇంతక్రితం ఇలాంటి వాటికి సంబంధించిన అయస్కాంత శక్తి అనుభవించాడు ముసలియార్. ఏనుగు పై ఊరేగే దేవుడి విగ్రహానికీ,

కోమరం ముఖానికీ... ఎక్కడో చూసి మరచిన ఒక పరిచయమున్నట్లు అనిపించింది. నిజం చెప్పాలంటే చిన్నప్పుడు కూడా అతన్ని హిందు ఉత్సవాలకు తీసుకెళ్ళేవారు కాదు.

"అల్లా హు అక్బర్..."

అల్ హంతిలుల్లా..."

వెంటనే ముసలియార్ మనసును అదుపులోకి తెచ్చుకున్నాడు. ద్వైతభావాలను అల్లా హులో ప్రమిదగా చేసి అర్పించి ఆత్మను పరిశుద్ధం చేసుకున్నాడు. మరునాడే కార్తి మతం మార్పిడికి ఏర్పాటు చేస్తానని చెప్పి బయలుదేరాడు.

కొన్ని రోజులు ఇంటిలోని పడక గదికే పరిమితమయ్యాడు మమ్ముటి. మారిమారి వచ్చే రాత్రికీ పగలుకూ ఒకే రంగేనని అనిపించటం మొదలైంది కార్తికి. ద్రవంగా మారి ఉట్టిపడే ఒక నారింజ రంగు కూడా అన్నిచోట్ల వ్యాపించింది. వాతావరణంలోని ప్రతి అణువులోనూ మమ్ముటి చెమట వాసన విలీనమైంది. అది మళ్ళీ మళ్ళీ తనలోకి తడిసి దిగుతూ ఉంటే కార్తి అందుకుంది. తన శరీరం ద్వారా మమ్ముటి ఒంటి వాసన తెలుసుకుంది కార్తి. అతని శరీర రోమాలు కనిపెట్టని ఒక బిందువైనా ఆమె ఒంటిలో లేకుండాపోయాయి.

మైథునం యొక్క ఆవర్తనలో తన ఆస్తిత్వం ఆత్మ వదిలిన గూడులా అనిపించేది ఆమెకు. మనసు ఆలోచనల బరువు కోల్పోయి తేలుతున్నట్లు తోచింది.

పురుషాధిక్యపు ఒత్తిడికి అంతా అర్పించి చతికిలబడినప్పుడు మరణానంతర స్థితి అలాగే ఉంటుందని కార్తి ఊహించింది. కాని ఆ సాస్థ్యానికి ఆవేశపు మతాబులు లేవు.

నిజ జీవితం కన్నా జీవితం గురించిన ఊహలేగా రంగురంగులుగా వుంటాయి!

ఈలోగా కార్తి 'కలిమి' చెప్పి పదకొండు పాఠాలు నేర్చుకుంది. సాంప్రదాయ బద్ధమైన మోచేయి దాకా వచ్చే దుస్తుల్లో దూరింది. సమయానుసారం నమాజు చేయమని ఆయేషా ఆమెకు గుర్తుచేసింది. 'సిత్తార' అనే కొత్త పేరు పెట్టారు కార్తికి.

కార్తి మమ్ముటి ఇంటిలో అడుగుపెట్టిన ఏడవరోజు తలపాగా కట్టుకున్న ఇద్దరు ముగ్గురు మమ్ముటి కోసం వచ్చారు. ఏవో వ్యాపార విషయాలకు మధ్యవర్తిగా వ్యవహరించాలని అడగడంకోసం రెండు మూడు రోజులుగా వాళ్ళు మమ్ముటి గురించి వెతుకుతున్నారట! మమ్ముటికి మిత్రుడూ సహచరుడైన రహమాన్ వాళ్ళకు నాయకుడు. "ఏరా, టైమంతా కొత్త పెళ్ళికూతురితో తలుపులు బిగించి కూర్చోటమేనేంటిరా?" రహమాన్ ఎగతాళి చేస్తూ అడిగాడు.

తన దుకాణం గురించి వ్యాపారం గురించే కాకుండా ఇతరుల వ్యవహారాలను గురించి కూడా మమ్ముటి పట్టించుకోవలసి వచ్చేది. తెల్లదొరలతో చేసే లావాదేవీల్లో మమ్ముటి ఖచ్చితంగా ఉండవలసినదే ! పొన్నాని తురకల చేతిలోని తురుపు ముక్క మమ్ముటి. తెల్లదొరల ఎదుట నిలబడినా, దించని మెడ, బంగారు రంగు, మాట్లాడే తీరు అన్నీ మమ్ముటిని ఊరివారి అభిమానపాత్రుడిగా మార్చాయి. అంతేకాదు తనకు వచ్చిన నాలుగు ఇంగ్లీషు మాటలు దొరలతో మాట్లాడేటప్పుడు నిర్భయంగా నిస్సంకోచంగా వాడతాడు.

మరో ఊరులో ఏదో వ్యాపార తగాదా తీర్చడం కోసం మమ్ముటిని తీసుకెళ్ళాలని వచ్చాడు రహమాన్. సాధారణంగా ఎక్కడికైనా వెంటనే బయలుదేరే మమ్ముటి ఆరోజు ఎందుకో వెనకాడాడు. రహమాన్ విడిచిపెట్టలేదు. ఇక తప్పదని తెలుసుకుని ఇంటి లోపలకు వెళ్ళి కళ్ళతో కార్తికి వీడుకోలు చెప్పి లుంగీ మడిచి కట్టి ఇంటి గడప దాటాడు.

మమ్ముటి ఊరు వెళ్ళిన మొదటిరోజు జ్ఞాపక శకలాలు ఏరుతూ నిద్రపోతూ గడిపించి కార్తి. మరునాడు ఉబ్బిన కళ్ళతో ఆ ఇల్లు మొత్తం కలియతిరిగింది.

ఆడామగా కలిసి ఆయేషాకు ఆరుగురు పిల్లలు. వాళ్ళ ముఖాలు ఆరోజే సరిగా చూసింది కార్తి. అన్ని రోజులు అంతవరకు ఆమె గడిపింది పడకగదిలోనేగా!

కార్తి గమనించినప్పుడు ఆ పిల్లలు ముందు సిగ్గుతో పారిపోయి దాక్కున్నారు. ఆ తరవాత ఆమె దృష్టిని ఆకర్షించడానికి ఏవేవో పిచ్చి ఆటలు ఆడి, మాటలు పలికి దగ్గరైనారు.

కొన్ని రోజుల తరవాత తనలోని ఆలోచనలూ జ్ఞాపకాలు రూపుదిద్దుకోవడం అండ సంయోజనంలా గూఢ వ్యక్తిత్వంతో అనుభవించడం మొదలైంది.

అప్పుడు ఆమె మేలేప్పురం తరవాడులోని కార్తిగా మారిపోయింది.

మేలేప్పురం తరవాడులోని మసక చీకటి నిండిన గదుల్లో సంచరించాయి ఆమె ఆలోచనలు. ఆయేషా పిల్లలను చూస్తున్నప్పుడు కూడా మేలేప్పురం తరవాడులోని గదులు, వరండాలు, పత్తాయప్పుర, ఏటికి వెళ్ళే దారి వగైరాలే కళ్ళ ముందు కదలాడాయి.

అన్నింటికీ పైన సూర్యుడిలా వెలిగే శంకు మామయ్య ముఖబింబం. అక్కడ వున్నంత కాలం ఇంటిలోని ప్రతిమూలనూ ఇంత సూక్ష్మంగా ఇంత వెలుతురులో చూడ లేదు కార్తి. అప్పుడు వాటిపైన విసుగూ నిర్లక్ష్యమూ ఉండేది. ఒక సంగతి ఇప్పుడు తేటతెల్లమైంది. మేలేప్పురం తరవాడులోని రాయీ రప్పా వగైరాలు కేవలం స్థూల

ప్రకృతి కాదు తన ఆలోచనల్ని జీవితాన్ని తీర్చిదిద్దిన జీవ వస్తువులు అని కార్తికి అనిపించింది.

"ఇదిగో ఇప్పుడు నా అంతర్ నేత్రాలు ఇంటిలోని దేవుడి గుడివైపు సంచరిస్తున్నాయి. మెల్లగా తలుపు తెరవగానే నిప్పులు ప్రసరించే కళ్ళతో విరబోసిన జుట్టుతో అమ్మవారు (ఇలవేల్పు) తిరుగుతున్నారు. దాహార్తమైన పెదవులపైన దంష్ట్రాలు నొక్కి పెట్టినా కోపమూ దుఃఖమూ నురగలుగా బయటికి వస్తున్నాయి.

ఇంటిలో వున్నప్పుడు ఇంత స్పష్టంగా అమ్మవారిని చూడలేదు. పుష్కలంగా అదుపు లేకుండా ఎదిగిన ఆమె జుట్టు నుండి పారిన నిప్పురవ్వలు మేలేప్పురం భవంతి మొత్తం పాకాయి. ఆ అగ్ని నుండి అగ్నిస్వరూపులైన కొందరు బయటికి పరుగు తీస్తున్నారు. ఒక పూర్తి సూర్యుణ్ణి మింగడంవల్ల రగిలే బుర్రతో శంకు మామయ్య, అతని వెనక ఎండిన కళ్ళతో, కురుపులుతో నిండిన ముఖంతో అమ్మమ్మ- ఏడుస్తూ అమ్మ.

లేదు, ఇంకా పూర్తికాలేదు. ఇంకా ఉంది. ఎవ్వరెవ్వరో పట్టు విడిపించుకుని పారిపోతున్నారు. తరాల వారసులుగా మెట్లుమెట్లుగా ఎన్నో ఆత్మలు 'తరవాడు'లో నివసించేవని ఇప్పుడే తెలుస్తోంది. నిప్పు అంటుకుని పరుగుతీసే ప్రతి ఆత్మనూ లెక్కపెట్టడానికి ప్రయత్నించాను. అగ్ని కాలువలుగా ప్రవహించినా స్త్రీ పురుష భేదాలు తెలిసేవి.

ఎర్రనిప్పు మెరుపు చూసి కళ్ళు అలసి పోయినప్పుడు నా వద్ద కూడా వెచ్చదనం అనిపించింది. తిరిగి చూశాను. నాలో కూడా మండే అగ్ని వుంది. అందులో నుండి ఒక అగ్ని స్వరూపం పరుగు తీసి పారిపోతోంది."

ఆలోచనలు దుర్భరమై పడకగదిలో నుండి బయటికి వచ్చింది కార్తి. ఆ స్థితిలో కాసేపు కొనసాగితే తల పగిలిపోతుందని తోచింది. మనసులో కదిలే చిత్రవ్యూహాల్ని ప్రతిఘటించడానికి ఏదో ఒకటి చేస్తూ వుండాలి.

ఇంటి లోపలి గదులలో అలా, అలా కాసేపు తిరిగింది. ఏం చేయాలో తోచ లేదు. చివరికి ఒక మూలన పడి వున్న బరువైన ఒక ఇనుపపెట్టె తీసి మరోచోట పెట్టింది. అంత బరువైన వస్తువు మోయటం కార్తికి జీవితంలో అదే ప్రథమం. ఒళ్ళంతా చెమట పట్టింది. కాళ్ళు చేతులు లాగుతున్నటు అనిపించింది. అస్థికలు కూడా నొప్పితో కొట్టుకున్నా ఆ పని చేయడంవల్ల కొంత ఊరట కలిగింది.

వంట గది చేరుకుంది. అక్కడ పడి వున్న సన్నికల్లు తీసి మరో చోట పడేయాలనే ఆలోచన కలిగింది. ఆయేషా పిల్లలూ గమనించడంలేదని నిర్ధారణ చేసుకున్నాక

సన్నికల్లు జరపడానికి ప్రయత్నించింది. కాని ఎంత ప్రయత్నించినా అది అంగుళం కూడా కదలలేదు. అలా చేసినందువల్ల ఒళ్ళు అలసిపోయింది; అయినా మనసు విడిచి పెట్టలేదు. చివరికి శక్తినంతా కూడ పెట్టుకుని ఆ పని కూడా చేసింది.

జ్ఞాపకాల్లో బలిసి తలలో వేలాడే బరువును దింపవలసిన అవసరం ఉండేది. ఒక అనుష్ఠాన చర్యలా ఆ ఇంటిలోని బరువైన జడ వస్తువుల్ని అటూ ఇటూ జరిపి ఆయాసపడింది. ఆయాసం వల్ల ఆలోచనల నుండి కొంత విముక్తి కలిగినా తలలో మళ్ళీ బరువైన ఆలోచనలు చేరాయి. నీడలా మరో వ్యక్తిత్వం తనలో ప్రతిఘటిస్తూ వేరు కావటం కార్తి గమనించింది. బాగా అలిసిపోయిన కార్తి పడకగదిలో బోర్లా పడుకుంది. మనసులోని బరువు శారీరక శ్రమ ద్వారా దింపుకుని ప్రాయశ్చిత్తం చేసే శక్తి కోల్పోయింది. బుర్రలో పాకే పేలను హింసిస్తూ కాసేపు కునుకు తీయాలని అనుకుంది. అలా మనసుని మరోవైపు కేంద్రీకరించినా, బుర్రలో పేను పుట్టలు పెరుగు తున్నట్లు తోచింది; బుర్ర లోపల నుండి పుట్టుకొచ్చే క్షుద్రజీవుల్లా అవి జుట్టుతో దోబూచు లాడాయి. శ్రమపడి చంపిన పేనుల శవాల్ని ఒక బక్కెట్‌లోకి చేర్చింది కార్తి. ఎవ్వరి కంట పడకుండా ఇంటి బయట గొయ్యి తవ్వి పాతిపెట్టింది.

మమ్ముటి ఊరెళ్ళి రెండు రోజులైనాయి అంతే. కానీ కార్తికి అది రెండు యుగాలుగా అనిపించింది. జ్ఞాపకాల్ని, ఆలోచనల్ని ప్రతిఘటిస్తూ కలలో అన్నట్లు ఇంటి పరిసరాల్లో తిరిగింది ఆమె.

ఆయేషాకి ఆమె పిల్లలకి దగ్గర కావాలనే ఉద్దేశ్యం కార్తికి లేక కాదు. వాళ్ళకు కూడా ఇంటికి వచ్చిన కొత్త పెళ్ళికూతురితో మైత్రి చేయాలనే ఉండేది. కానీ కార్తిని చూడగానే లోతు తెలియని సుడిగుండం చూసినట్లు భయం వేసేది వాళ్ళకు. ఆమె ఏదైనా అడిగినప్పుడు, మాట్లాడినప్పుడు ఒక గొప్ప మేధావి మాట్లాడినట్లు తోచి నోరు తెరిచి మాట్లాడకుండా వినమ్రంగా నిలబడేవారు.

పిల్లలతో ఆడుకునే మరో పిల్లగా వుండేది. వాళ్ళ తల్లి ఆయేషా, కార్తిని గౌరవిస్తూ ఉండేది. ఆమె కూడా కార్తితో దూరంగా మసిలింది.

ఒక సాయంత్రం విస్తృతమైన ఇంటి పెరటిలోని మొక్కల మధ్య నడుస్తూ వుంది కార్తి. నడుస్తూ నడుస్తూ ఏదో తొక్కినట్లు అనిపించింది. వెంటనే ఒక ఏడుపూ వినబడింది. అది మనిషిదా, జంతువుదా అని తెలియలేదు. అంత వింతగా తోచింది ఆ ఏడుపు.

పొదల్లో చేయి పెట్టి ఒక పురిటి బిడ్డను బయటికి తీసినంత జాగ్రత్తగా స్పర్శిస్తూ దాన్ని బయటికి తీసింది కార్తి. పుట్ట కప్పిన ఒక రాతి విగ్రహం చేతికి వచ్చింది.

విన్న వింత శబ్దం గురించిన విస్మయం తొలిగి పోయింది కార్తి మనసు నుండి. వెంటనే వ్రేల కొసలతో విగ్రహం మీద వుండే మట్టిపొరలను జాగ్రత్తగా వొలిచింది. మట్టిపొరలు తొలిగిపోగానే గుండెను కదిలించేటంత తేజోమయమైన ఒక దేవీ విగ్రహం ప్రత్యక్షమైంది.

విగ్రహపు కన్నులలో ప్రస్ఫుటంగా కనబడినది రౌద్ర భావమే; అయినా స్నేహ భావం తొంగి చూసింది. ఉరిమి ఉరిమి చూసే కళ్ళలో ఒక విధి నిర్ణీత యొక్క ఖచ్చితత్వం. చేయవచ్చా చేయకూడదా అనే సందేహానికి తావు ఇవ్వకుండా ఆ కాళీ విగ్రహంతో ఆ ముస్లిం భవంతిలోకి అడుగుపెట్టింది కార్తి.

ఎవ్వరూ చూడకుండా ఇంటిలోని ఒక మూలలో విగ్రహాన్ని ప్రతిష్ఠించింది. ఎవ్వరూ చూడకుండా ప్రతిష్ఠ జరిగినా ఆ విగ్రహ సాన్నిధ్యం వెంటనే అనుభవంలోకి వచ్చింది. ఇంటిలో ఎవ్వరో దూరినట్లు అనిపించడం మొదలైంది ఆయేషాకి. పక్కింటి ఫాతిమాను కాని, బయట ఆడుకోవడానికి వెళ్ళిన పిల్లలను కాని, దొంగతనంగా దూరిన కుక్కను కాని వెతుకుతూ ఇల్లంతా కలియతిరిగింది. "సక్కీనా రుక్కియా, ఎవ్వరు వచ్చారు లోపలకి..?" పిల్లల్ని గట్టిగా కేకేసి అడిగింది. ఎవ్వరూ కనబడకపోయినా అజ్ఞాతమైన దేదో తన ఇంటిలోనే కాదు మనసులో కూడా ప్రవేశించిందని అనిపించింది ఆమెకు. కార్తి రాకతో వింతవింత చైతన్యాలు ఇంటిలో పచార్లు చేస్తున్నాయని మరోసారి గుర్తు తెచ్చుకుంది. ఆ ఇంటి ప్రతి మూలా అసాధారణ భావంతో స్పందిస్తోంది.

మామూలుగా వాడే భోషాణం లోపల ఒక పెద్ద మట్టికుండా నాగరూపులూ, కొన్ని ఇత్తడి రేకులూ కనబడ్డాయి. అలాంటివి కొన్ని భోషాణంలో ఉన్నాయనే సంగతి అంతవరకు ఎవ్వరూ గమనించలేదు. ఏం చేయాలని తోచక ఆయేషా, ఆమె పిల్లలూ కలిసి నేలమాళిగ గది మూలలో వాటిని చేర్చగానే ఆ గది తలుపులు ఎంత గట్టిగా మూసినా ఎన్నిసార్లు మూసినా వాటికవే తెరుచుకున్నాయి!

"ఇలాంటివి ఇక్కడకెలా వచ్చాయి?" అనే కార్తి ప్రశ్న విని కంగారుపడింది ఆయేషా. తను పుట్టి పెరిగిన ఇంటిలోనే తనకు తెలియనివి, అపరిచితమైనవి నిక్షిప్తంగా వున్నాయనే సంగతి తెలిసి ఆశ్చర్యపోయింది. ఒక పిల్లలా నవ్వుతూ ఆడుతూ బ్రతికిన ఆయేషా ఆలోచనల్లో మునిగి అస్వస్థమై మాట్లాడటం మానేసింది.

విరబూసి రాలిన తన బాల్యకాలపు జ్ఞాపకాలు ఏరుతూ వుంటే తన పెద్దమ్మ గుర్తుకొచ్చింది ఆయేషాకి. ఉత్త అస్థిపంజరమూ, ఆ అస్థిపంజరాన్ని అంటుకొని వుండే కొన్ని నీలి నరాలు కలిపితే అది పెద్దమ్మ అవుతుంది. ఒక సవ్వడిగా ఇంటిలో తిరిగేది. కొన్ని ప్రత్యేకమైన చోట్ల తొక్కటం కానీ, చెత్త వదలడం కానీ చేస్తే ఒప్పుకునేది కాదు.

పళ్ళుతోమే నీరూ, ఉమ్ములు స్వీకరిస్తూ వంట గది నుండి బయటికి వెళ్ళేచోట చాలాకాలంగా ఒక ఎర్రరాయి పడి వుండేది. వరాండా నుండి బయటికి వచ్చే వారికి వీపు చూపడం తప్ప మరో అస్తిత్వం ఆ రాయికి ఉండేది కాదు.

“అయ్యయ్యో... ఇది దేవుడి రాయి...”

ఆ రాయిని చూడగానే కార్తి అలా స్పందించడంవల్ల మరో సమస్య తలయెత్తింది. ఆ రాయి పై కాళ్ళు వేసి మట్టిలోకి దిగడానికి అడుగులు వేసిన ఆయేషా పాప బోర్లా పడిపోయింది; ఎవ్వరో తీసి పెట్టినట్లు ఆ రాయి స్థలం మార్చి మోము తిప్పి పడుకుంది. ఇంటి సామాను తీసుకొచ్చే పనివాడు కూడా ఆ రాయి తగిలి బోర్లాపడ్డాడు.

పళ్ళుతోమే నీరు, ఉమ్ము తగలని విధంగా ఎవ్వరూ తొక్కలేని విధంగా కొంత దూరంలోకి జరిగింది ఆ రాయి. ఆ రాయిని ప్రాణముండే వస్తువుగా భావించి దానికి తగలకుండా నడవటం ప్రారంభించారు అందరూ.

రహమాన్‌తో ఊరు వెళ్ళిన మమ్ముటికి పని ఒత్తిడి ఎక్కువగానే ఉండేది. పై ఊరు నుంచి ఆ ఊరు వచ్చిన ఒక సేఠుని కలవాలి. హిందీ మాత్రమే అర్థమయే అతనికి ఎలాగోలా చాలా వివరాలు తెలియపరచాలి. వ్యాపార విషయాలు విడమర్చి చెప్పాలి; ఒప్పందాలు కుదుర్చుకోవాలి.

పొన్నానిలో తయారయ్యే కొబ్బరినూనెను విదేశాలకు పంపడం గురించి ఒప్పందం కుదుర్చుకోవాలి. సందేహాల్ని తీర్చుకోవడానికి కానీ, మొత్తం వివరాలు తెలుసుకోవటానికి కానీ పాత స్నేహితులు ఎవ్వరూ లేరు. ఒక కొత్తబాట ఏర్పడనుంది.

మమ్ముటి, రహమాన్‌లు చేసే వ్యాపారం ఒకటే. కానీ ఆప్తమిత్రులు. కొత్త ప్రపంచాలను జయించాలనే రహమాన్ తపనకి మమ్ముటి ఎల్లప్పుడు నావికుడుగా ముందు ఉండవలసిందే. రహమాన్ ఒక చిన్న సూచన ఇస్తే చాలు, కంకణం కట్టుకొని రంగంలో దిగుతాడు మమ్ముటి. రహమాన్‌కి సహాయం చేసేటప్పుడు వ్యాపార విషయాలు అడ్డువచ్చేవి కావు. పని సగం అవగానే ఇంటికి బయలుదేరాడు మమ్ముటి. కాని రహమాన్ మమ్ముటిని బతిమాలాడు. “ఇంకోరోజు కూడా ఉండు భాయి; ఇంటిలో కొత్త పెళ్ళాం ఉందని ఇలాగైతే ఎలా...?”

కొత్త పెళ్ళాం మాటతో తనను పరిహసించిన వెంటనే మమ్ముటి ముఖం ఎర్ర బడింది. మనసులోనూ ముఖం మీదనూ ఎర్ర కిరణాలతో ఇంటికి బయలుదేరే ముందు రోజు ఆ ఊరి అంగడి వీధుల్లో తిరిగాడు మమ్ముటి.

ఒక కుర్రవాడి ఉత్సాహంతో ఒక భీమకాయుడు వీధుల్లో తిరగడం చూసిన వ్యాపారులు అతన్ని ఆకర్షించడానికి పలు మార్గాలు అవలంబించారు.

వందలకొద్దీ సామాన్లు కార్తి కోసం బహుమతిగా కొనవలసి వున్నాయి. పట్టు బట్టలు, మట్టిగాజులు వగైరాలను స్పర్శించగానే కార్తి తనువును తాకినట్లు వణికాడు అతడు. దుకాణాల్లో వున్న వస్తువులన్నీ కొనవలసిందేనని తోచింది అతనికి. ఈ అంగడి మొత్తం భుజం మీద వేసుకుని పొన్నానికి ఎగురుతే... ఒక నిమిషం అలా కూడా ఆలోచించాడు మమ్ముటి.

మమ్ముటి ఇంటిలోని హాలులో కూర్చుంటే గర్జించే సముద్రం కనబడుతుంది. ఎక్కడో దూరంలో ఉన్న జలరేఖ నుంచి పోగుతీసి నేత వేసిన కంబళ్ళుగా కడలి అలలు కదలి వస్తున్నాయి. ఒడ్డుని కౌగలించుకోవాలనే ఆరాటం పెరుగుతోంది.

ప్రతి కెరటం ఇసుక గుండెలను పిండేటప్పుడు, కార్తి కళ్ళలో నుండి రెండు పిట్టలు పట్టు వదిలి రెక్కలు విదిలించుకుని ఎగురుతున్నాయి. స్తంభానికి ఆనుకొని నిలబడిన ఆమెకు ఓర్పు నశించిందని తోచింది. ఆ రోజు రాత్రికల్లా మమ్ముటి తిరిగి వస్తాడనే నమ్మకం ఉండేది ఆమెకు. ఆ నమ్మకానికి చెప్పుకోదగ్గ కారణాలు ఉండేవి కావు. అయినా దృష్టిని కడలితోనూ ఆకాశంతోనూ మేతకి వదిలి ఇంటి వాకిటిలోనే తచ్చాడింది కార్తి.

అస్తమయ సూర్యుని హావభావాలు ప్రతినిమిషం మారుతూ వచ్చాయి. అందగత్తైన ఒక మబ్బుతునక నుండి బంగరు కిరణాలు బొట్లుబొట్లుగా రాలుతున్నాయి. ఎగిరెగిరి దూరమయ్యే పక్షుల గుంపులు వెండి దారాలుగా మారుతున్నాయి.

ఇంటి గేటు దాటి వచ్చే మమ్ముటిని చూసి గట్టిగా కొట్టుకుంది గుండె. పెరటి తోటలో నుండి ఏరిన కొన్ని పూలు ఆమె చేతుల్లో మిగిలి వున్నాయి. మమ్ముటిని చూడగానే ఆ పూల దళాలను విడదీసి ఆగి అరచేతిలో వుంచి నలిపింది. ఎర్రని నీటిని చిమ్ముతూ నలిగిన పూలు ఒక్కొక్కటిగా నేలకు రాలాయి.

పలకరించడానికి మాటలు దొరకక ఏం చేయాలో తోచక ఒక చిన్నపిల్లాడిలా కార్తి ముందు కదిలాడు మమ్ముటి. "హోయి హోయి' అనే ఏవో శబ్దాలుగా అతని ఆనందం బహిర్గతమైంది. మెల్లగా శబ్దరహితంగా కార్తి నవ్వినప్పుడు ఆ నవ్వుల కిరణాలు కడలి కెరటాలపై వెండి లావాగా వెలిసింది.

"నీ కోసం బోలెడు తెచ్చానే," ఒక ప్యాకెట్టు విప్పుతూ అన్నాడు మమ్ముటి.

"ఇవిగో ఇవి బట్టలు. ఇది తట్టం ఇది చీర బొట్టూ, కాటికా, అద్దమూ- అన్ని చిన్న సామాన్లు ఈ పెట్టెలో ఉన్నాయి. తరవాత ఇది చందనపు సబ్బు- ఇదిగో ఈ

చిన్న సీసా చూసావా...? ఇదేమిటో తెలుసా... అత్తరు.. అరబ్బీ అత్తరు.. ఎక్కువ రాసుకోకే..."

ఊపిరి పీల్చడం కోసం ఒక నిమిషం ఆగినప్పుడు మమ్ముటి ఆమెను పరిశీలనగా చూశాడు. ఆమె కళ్ళలో పక్వమైన ఔన్నత్యం. వెంటనే కుదించుకుపోయాడు మమ్ముటి. సంఘపు దుస్తుల్లో దూరాడు. మాటలు పెదవులపై నుండి గుండె లోతుకు జారాయి. 'ఎక్కడికని అడగకుండా తెలియకుండా తనతో లేచివచ్చిన ఆమెను, ఇవన్ని ఇచ్చి ప్రసన్నం చేస్తున్నానని అనుకునే తను వెర్రివాడు కదా,' అని అనుకున్నాడు.

అతని కళ్ళలో ఆరాధనా దీపాలు వెలిగాయి. అ దీపాల నుండి వెలిగించిన కాగడాలా కార్తి ముఖం జ్వలించింది.

"మేలేప్పురంతరవాడులో నీకేమేమి ఉండేవో అన్ని ఇక్కడ కూడా ఉండాలి నీకు. అవసరం అనిపించకపోవచ్చు. కాని నిన్ను తెచ్చుకున్న వాడుగా నేను అవన్నీ ఇవ్వాలి."

మమ్ముటి మరో ప్యాకెట్టు విప్పాడు. బంగారుగొలుసుల వెలుగు చుట్టూ వ్యాపించింది. అలాంటి నగలు ధరించి కార్తిని ఒకసారే చూసి వున్నాడు అతడు. అమ్మ వారి దర్శనం కోసం ఒకసారి కార్తి మేలేప్పురం తరవాడు నుండి గుడిలోకి వెళ్ళిన దృశ్యం ఇంకా అతని మనసులో సజీవంగా ఉంది.

సుడిలో చిక్కుకున్న పడవలా కార్తి ప్రశాంతతకు హఠాత్తుగా భంగం కలిగింది. జ్ఞాపకాలు ఘనీభవించిన రూపాల్లా ఎదురుగా పడివున్న ఆభరణాలను ముట్టుకోవాలంటే ఆమెకు అసహ్యం వేసింది ముందు. ఆ తరవాత మెల్లమెల్లగా వేలికొసలు ముందుకు వచ్చాయి. చనిపోయిన తండ్రి నుదుటిపై స్పర్శిస్తున్నట్లు వణికే వేళ్ళతో వాటిని స్పర్శించింది. "తరవాడులో లేని వాటి గురించేగా నేను లేచి వచ్చాను."

మమ్ముటి మాట్లాడలేదు. కొన్ని నిమిషాలు మౌనం రాజ్యమేలింది.

"తరవాడులో అలవాటైనదేదీ నీకొద్దా?" మమ్ముటి అడిగాడు. వద్దు అని కచ్చితంగా చెప్పగలిగే ధైర్యం తనలో ఆవిరి అవుతోందని కార్తికి అనిపించింది. నగల మీద తిరిగే ఆమె కళ్ళు ఏదో లేనిదాని గురించి వెతుకుతున్నట్లు తోచి అడిగాడు మమ్ముటి.

"ఏదైనా మిగిలిపోయిందా?"

"అవును," గట్టిగా చెప్పింది కార్తి

"ఏమిటది?" కార్తి మాట్లాడలేదు.

"ఏమిటో చెప్పు. అది ఏదైనా సరే నేను ఏర్పాటుచేస్తాను. చెప్పు ఏమిటది?" ఆ ప్రశ్న మళ్ళీ మళ్ళీ అడిగాడు మమ్ముటి. కార్తి పెదవులు కదిలాయి కాని మాటలు

బయటికి రాలేదు. అయినా ఆమె మనసు అడుగుతూనే వుంది. తన ఆత్మకి ఆభరణాలైన దేవుళ్ళు ఎక్కడ...?

"అమ్మవారు.. నా అమ్మవారు..."

గొంతు పెంచి ఏడుస్తున్నట్లు అంది కార్తి. కడలి లోపల నుండి లేచి వస్తున్నట్టు కార్తి ఒళ్ళంతో చెమట నిండింది. ఆమె కళ్ళు ముఖం నుండి జారి కంగారుగా ఎగిరి దూరమవుతున్నట్లు తోచింది. మేలేప్పురం తరవాడు ఆత్మకి రూపమైన కార్తిలో అమ్మవారు నిలిచి వెలుగుతున్నారు.

చాలా భయం వేసింది మమ్ముటికి. కార్తిని కుదుపి లేపాడు. ఆమె దుఃఖానికి కన్నీటి తడికాదు, నిప్పురవ్వల వేడి వున్నట్లు తోచింది అతనికి. చేతులు పట్టుకొని కార్తిని సాంత్వనపరుస్తూ వుంటే ఆమె నిట్టూర్పుల వెచ్చదనం తెలిసింది అతనికి.

*

11

అవరు ముసలియార్ నిద్రలేవగానే పిల్లలూ మనవళ్ళూ చుట్టూ చేరి ఒకటే నవ్వు. "ఏమిటి రా, పీనుగులారా...?" అలవాటైన ముద్దు పేరులు అతని నోటి నుంచి జారాయి. విరగబడి నవ్వుతూ పిల్లలు ఏవేవో చెబుతున్నారు. అతనికి అసలు అర్థం కాలేదు.

"తమరు కొచ్చున్ని దొరా...?"

"ఏమిటీ...?"

"అదే అడుగుతున్నాం. కాకపోతే ధోతిని గోచిగా కట్టి కొచ్చున్ని దొరవని చెబుతూ నిద్రలో నడుస్తావేంటీ...?"

వాళ్ళ మాటలు వింటూ వుంటే కొచ్చున్ని దొర అనే పేరు అతని మనసులో ఉదయించింది. మరుపు అనే మట్టి నీళ్ళ గుంటకి జల్లెడ పడితే లభించిన జ్ఞాపకపు బంగారంలా అది వెలుగుతోంది. ఆ వెలుగుకి ఒక నిమిషం మనసు బయర్లు కమ్మినా తరవాత గుర్తుకొచ్చింది ఆపేరు తన ప్రపితా మహుడిదని.

పిల్లలు చెప్పిన కథ ఇలా ఉంది. ముసలియార్ మధ్యాహ్నం మైకం నుండి హడావిడిగా లేచాడట! చిరిగిన ఒక తువ్వాలు తీసి భుజం మీద కండువాలా వేసుకున్నాడు. మీసం లేకపోయినా సవరించుకున్నాడు. ఎడంవైపు కట్టిన లుంగి గోచి వేసి కట్టుకున్నాడు. పడకగదిలో నాలుగుసార్లు పచార్లు చేశాడు. ఆ తరవాత గది బయటికి వచ్చి అక్కడక్కడ వంగి కూర్చుని నేలమీద వేళ్ళతో కొట్టాడు. చెవి నేలకి ఆన్చి

సవ్వడి కోసం ఆగాడు. అలా చూసిన చోట్ల గోడమీద కానీ నేల మీద కానీ పెద్ద పెద్ద శిలలు ఉండేవి.

శతాబ్దాల వయస్సు గల ఒక హిందూ తరవాడు పడకొట్టి నిర్మించిన ఆ ఇంటికి నూటాయాభై సంవత్సరాల వయస్సుంది. ఆ ఇంటిలో అక్కడక్కడ గోడ మీదనూ నేల మీదనూ వుండే పెద్ద శిలల గురించి, శిల్పరూపాల గురించి ఎవ్వరూ పట్టించుకునేవారు కాదు.

మధ్యాహ్న మైకం నుంచి హఠాత్తుగా లేచి, తను కొచ్చున్ని దొర అని స్వయంగా ప్రకటించి ఇంటిలో తిరిగే అతన్ని పిల్లలు అనుసరించారు. బాగా సరదాగా ఉండేది పిల్లలకి. బోగీలు తగిలించిన రైలింజన్‌లా ముసలియారూ పిల్లలూ మసీదులోకి ప్రయాణమైనారు. మసీదు చేరిన ముసలియార్ వెనుక వుండే ఏటిలో మునిగి స్నానం చేసి వచ్చాడు. చేతులు కలిపి తామర మొగ్గలా ముడిచాడు.

ముకుళిత హస్తాలను గుండె దగ్గర నుండి గడ్డం వద్దకు చేర్చాడు. తలవొంచి కాసేపు నిలబడిన తరవాత పాతాళంలోకి దిగుతున్నట్లు హఠాత్తుగా సాష్టాంగ నమస్కారం చేశాడు.

మసీదు పైన వుండే వెంటిలేటర్ నుండి వచ్చే సూర్యకిరణాలు ఏ తేడా చూప కుండా అతన్ని తడిమాయి. మసీదుకు వెళ్ళే మట్టి రోడ్డు, విరిగిన మసీదు మెట్లు ఎప్పటి లాగే నిర్విఘ్నంగా అతనికి లొంగిపోయాయి.

భర్తను సుదీర్ఘమైన స్వప్న సంచారంలో వదలటం ఇష్టం లేని అతని భార్య పిల్లల వెనక ఉండేది. అయినా అతన్ని ఆపడానికి ఆమెకు చేతులు రాలేదు. తను కొచ్చున్ని దొర అని ముసలియార్ ప్రకటించిన నిమిషం నుండి భర్తను, దగ్గరకు వెళ్ళలేని పర పురుషుడుగా భావించింది ఆమె.

భర్త పిచ్చినిద్ర గురించి ఆమెకు బాగా తెలుసు. దీనికన్నా చిత్రమైన పనులు అతడు చేసినా, ఆమెకు ఆశ్చర్యం కలగదు, భయమూ అనిపించదు. ఒకసారి చలి జ్వరంలా కోపం పెరిగి ఇంటికి నిప్పు పెట్టబోయినప్పుడు, మరోసారి కట్టుబట్టల్లోనే ఇరవైసార్లు మలవిసర్జనం చేసి చిన్నపిల్లలా ఏడ్చినప్పుడు ఆమె ఓర్పుతోనే ఉంది.

అలాంటి ఆమె గొంతులో భయం తాలూకు ఖడ్గమొనలు వెలిసి ప్రత్యక్షమైనాయి. కొచ్చున్ని దొరా...?

స్వప్న సంచారం తరవాత పడకగదిలో ముసలియార్‌గా పునర్జన్మించినా, తన భర్త చుట్టూ మరో ఆత్మ తాలూకు నీడ వుందని తోచింది ఆమెకు. భర్త చనిపోతాడేమోననే భయమూ ఆందోళనా ఆమెను కుదిపివేసింది.

పరిశుద్ధ మహమ్మదీయుడుగా నిద్ర లేచిన ముసలియార్ తన లుంగీ కుడివైపుకు కట్టుకొని వుండటం గమనించాడు. అలా కనబడకపోయి వుంటే పిల్లలు చెప్పిన కథను ఉత్త తమాషాగా కొట్టిపారేసేవాడు అతడు. పిల్లలు తనను, వాళ్ళ కన్నా చిన్నపిల్లాడుగా భావిస్తున్నారని అనిపించింది అతనికి. అతన్ని గేలిచేస్తూ పిల్లాడుగా చేస్తూ మాట్లాడు తారు వాళ్ళు.

భయంకరమైన మువ్వలసవ్వడి, గంటల గోలా అతన్ని అస్వస్థతకి గురిచేసింది. కొచ్చున్ని దొర కథ వినగానే అతని ఆలోచనలు ఆ ఇంటిలో జరిగిన సంఘటనల్లోకి ప్రయాణించాయి.

ముందు రోజే మమ్ముటి అక్కడ సైతానుగా మారాడు. ఎల్లప్పుడు ముసలియార్ పట్ల గౌరవంతో మాట్లాడే మమ్ముటి పళ్ళు కొరుక్కుంటూ గర్జించాడు.

"ఉమ్మితే మీ ముఖం పాడవుతుంది. పిల్లలు తండ్రి లేని వారవుతారు. ఇప్పుడు మనం ఉమ్ముతున్నాం కాని మన తాతలు, ముత్తాతలు పూజించినది కదా ఇది."

కొత్త పెళ్ళాం కోసం ఇంటి పెరట్లో కాళీమాత గుడి కట్టాడు మమ్ముటి. విషయం తెలిసి కోపంగా మమ్ముటిని కడిగిపారేయాలని వెళ్ళాడు ముసలియార్. అతని తొలి ఆక్రమణని పట్టించుకోకుండా వినమ్రంగా అడిగిన వాటికి జవాబు ఇచ్చాడు మమ్ముటి.

"ఇందుకేనా ఆమె మతం మార్చావు? ఆమె నమాజు చేస్తుందిగా. పడకొట్టరా గాడిదకొడుకా నీ గుడి... లేకపోతే నేను ఉమ్మిపారేస్తాను. గుడి అట గుడి..." మమ్ముటి కళ్ళు ఎర్రబడటం, ఊపిరి పీలుస్తున్నప్పుడు భుజం పై ఎముకలు పర్వతాలుగా మారటం గమనించాడు ముసలియార్. ఆ తరవాత జరిగిన విస్ఫోటనం నుంచి వచ్చిన మాటలు మమ్ముటివేనని నమ్మలేకపోయాడు.

"ఉమ్మితే నీ ముఖం పాడవుతుంది. పిల్లలు తండ్రి లేని వారవుతారు."

పిల్లలు చెప్పిన సంఘటన గురించి ఆలోచిస్తూ వుంటే ఆ మాటలకు పదును ఎక్కువ ఉందని తోచింది. కొచ్చున్ని దొర అనే పేరు ఆత్మలో వుండి కుళ్ళిపోతోంది. వైరసులను విడుదల చేసి శరీరాన్ని రోగగ్రస్తం చేస్తోంది.

జపమాల అందుకున్నాడు ముసలియార్. సర్వశక్తుని స్తోత్రాలు చెప్పుకోవడం ప్రారంభించాడు. అన్ని సంవత్సరాల జీవితకాలంలో కలగని ఆత్మ విశ్వాసరాహిత్యం అతని గొంతులో ధ్వనించింది.

రాత్రి పెరిగినకొద్దీ తనకు భౌతికరూపం ఇచ్చిన జీవకణాల పట్ల కూడా అనుమానం కలిగింది అతనికి. నిద్ర అంటేనే భయం వేసింది. తనలోని నిగూఢ ధాతువులు రూపాంతరం చెంది కొచ్చున్ని దొరగా మారుతాయేమోననేది అతని భయం.

మతం మార్చుకున్న తరవాత కూడా కాళీమాత భక్తుడుగా బ్రతికిన కొచ్చున్ని దొర కథ అతని మనసుకు అతుక్కుపోయి వుంది. ఎవ్వరు ఎప్పుడు ఈ విషయం చెప్పారనేది అతనికి గుర్తులేదు.

నమాజు అయిపోగానే కొచ్చున్ని దొర కాళీగుడికి వెళ్ళి సాష్టాంగ ప్రణామం చేసేవాడట! అది భరించలేని మతభక్తులు ఆ గుడి పగులగొట్టారు. ఆ గుడిని పగుల గొట్టిన అవశేషాలతో అతని ఇంటి దగ్గర వున్న ఇమాన్ మసీదు కట్టారు. అక్కడే రోజుకి అయిదుసార్లు 'బాంకు' (నమాజు కోసం పిలుపు) పిలుస్తున్నాడు ముసలి యార్.

కొచ్చున్ని దొర తల్లి కూడా కాళీ విగ్రహాన్ని, కృష్ణ శిల్పాలను పరుపు క్రింద దాచి వుంచేది. ఏదో మతోపదేశకుడు సలహా ఇవ్వడం వల్ల ఆమె చిన్నకొడుకు అవన్నిటినీ ముసలియార్ ఇంటి వెనక్కు విసిరాడు. అలా విసిరినప్పుడు దెబ్బతిన్న విగ్రహాల నుంచి పచ్చినెత్తురు చిమ్మింది. ఆ తరవాత ఆ ముసలితల్లి మూగగా బధిరగా మారిందట! ఆమె దుప్పటి మీద ఆమె చనిపోయేంత వరకు నెత్తుటి మరకల భీకర రూపాలు కనబడేవట!

ఎక్కడ నుండి పుట్టుకొచ్చాయో తెలియని ఈ కథలు మళ్ళీ మళ్ళీ ముసలియార్ మనసులో కదిలాయి. మానస కవాటాలు మూసి గొళ్ళం పెట్టి ఆయాసపడే కుక్కలా, నిద్రకి కాపలా కాశాడు అతడు. నిద్రపోకుండా రెండు రాత్రులు గడిపాడు. తాను ఒక సంపూర్ణ ముసల్మానేనని అల్లా మీద మళ్ళీ మళ్ళీ ఒట్టు వేశాడు.

మూడో రాత్రి నిద్రపోకుండా ఉండటం అసాధ్యమని అలసిపోయిన ముసలి యార్ తెలుసుకున్నాడు. కళ్ళే కావు బుర్ర కూడా వేడెక్కింది. ముందు తరాల చదువు మొత్తం కనురెప్పల్లో చేరి నిద్రలోకి లాగుతోంది. నిద్ర యొక్క మాంత్రిక చలనాలు బుర్ర లోపల తాళం వేస్తున్నాయి. బయట వస్తు ప్రపంచాన్ని జ్ఞాపకాల తెర కప్పుతోంది.

సంవత్సరాల వెదురు తోటలు దాటి అతడు వెనక్కు ప్రయాణించాడు. చిన్నప్పుడు చక్కెర కావాలని పేచీ పెట్టినప్పుడు పిర్ర మీద తండ్రి వాత వేసిన వెచ్చదనం కూడా అనుభవించాడు. అక్షరమాల నేర్చుకునే రోజుల్లో మాస్టర్ నేర్పిన ద్విపదలు గుర్తుకు వచ్చాయి.

గతస్మృతుల్లో పాకుతూ తరాలు దాటి పితామహుడైన కొచ్చున్ని దొర వద్దకు చేరడం హఠాత్తుగా తెలుసుకున్నాడు. అప్పుడు కూడా ఒక శునకము యొక్క శ్రద్ధతో స్పృహ దగ్గరకు రాలేదు.

అంతరంగాన్ని కొచ్చుని దొర ఆక్రమించి శరీరాన్ని అదుపులోకి తీసుకున్నాడు. దానికి బుజువుగా లుంగీ కుడివైపు కట్టాడు. పై పెదవి పైన రోమాలు మొలిచాయి.

నరాలు బిగుసుకున్నాయి. చివరికి ముసలి యార్ అనే ఉనికికి శరీరంలో రక్ష లేకుండా పోయింది.

ఒక ఉదుటున అది దగ్గరలో వుండే గడికారంలోకి దూకింది. తనను వేధించిన కొచ్చున్ని రాజా చేసిన పనులు ఇక గడికారపు స్పందనల్లో కూర్చుని చూడవచ్చు.

కరెంటు షాకు తగిలినట్లు పక్క మీద నుండి లేచాడు కొచ్చున్ని దొర. లుంగీ అంచుతీసి గోచికట్టి ఇంటి తలుపులు ఒకొక్కటిగా తీసాడు. కాలపు గొలుసులో ఒక ముక్కగా మిగిలిన ముసలి యార్ ప్రజ్ఞ గడికారం నుండి విముక్తి పొంది కొచ్చున్ని దొరను అనుసరించింది. అర్ధరాత్రి– నిమిషాలు వెన్నెలలో నురుగులు చేస్తూ ప్రవహిస్తున్నాయి. కొచ్చున్ని దొర గబగబా మసీదు వైపు నడిచాడు. మసీదు ప్రాంగణంలోని సమాధిరాళ్ళ స్థానంలో ఆత్మలు లేచి అతనికి 'సలాం' కొట్టాయి. మసీదు ఆవరణలోని ఏటిలో మునిగిలేచాడు దొర. వేలవేల కళ్ళల్లో నుండి జాలువారే కన్నీటిధారల్లా అతని ఒంటి నుండి నీరు జారింది.

"దేవీ, మహామాయా– నీ ఒంటి గాయాలు కొత్తగానే ఉన్నాయా దేవీ...? ఇంకా మానలేదా...?" అతడు విలపించాడు. మసీదు వరండాకు వచ్చిన దేవీ విగ్రహం మెల్లగా స్పందించింది. ఆ విగ్రహ శరీరంలోని గాయాలపైన రక్తపు రంగు ఉదయించింది. దయా శక్తీ కలిసిన భావం కళ్ళలో నిండింది. వరండా నుండి కదిలి మసీదు పై కప్పు పగలకొట్టి విగ్రహం బయటికి వస్తుందేమోనని తోచింది.

ఒక సాష్టాంగ ప్రణామం చేసి లేచినప్పుడు ఒక మర్రాకులా వణుకుతూ వుండేది అతని శరీరం. మసీదు లోపల వాతావరణం మొత్తం మారిపోయింది. పలుచోట్ల ఆలంబనగా మెట్లుగా కాలువలుగా వాడిన శిలాశిల్పాలన్ని లేచాయి. వాటిపైన వుండే గాయాలు బయటికి కనబడ్డాయి. బంధింపబడిన జీవకణాల వలే అవి విముక్తి కోసం తాపత్రయపడ్డాయి.

దేవతలందరూ తన మనసులో కూడా బంధింపబడి వున్నారు కదా అని గుర్తించాడు కొచ్చున్నిదొర. లెక్కలేనన్ని సాష్టాంగ నమస్కారాలు చేశాడు. అయినా అతని తాపం తగ్గలేదు. ఇక చేసేదేమి లేదనే నైరాశ్యంతో మసీదు నుండి బయటికి నడిచాడు.

స్వప్న సంచారం తరవాత మేలుకున్న ముసలియార్‌కు తన మేలుకొని వుండే స్థితి తన అస్తిత్వం పై వున్న ఒక పల్చటి పొడెలా తోచింది. ఆ పొడె క్రింద తమ అధికారం స్థాపించడానికి కొచ్చున్ని దొరతో సహా ఎందరో మేలుకొని వున్నారు. నిద్రలో నడిచేటప్పుడు తనను ఆపనందుకు పెళ్ళాన్ని తప్పుపట్టాడు; పెళ్ళాం మీద అలిగాడు; ఏడ్చాడు.

"నేను మీకు ఏం కావాలన్నా చేస్తాను. కాని మీరు మీరుగా ఉండాలి. కొచ్చున్ని దొరగా వుంటే కుదరదు. పరాయి మగాళ్ళను నేను తాకను."

హృదయం పగిలిపోయినా, అతని భార్య మనసులో మాట చెప్పింది.

ముందురోజు రాత్రి జరిగినదంతా ఒక ప్రేక్షకుడిలా గుర్తుంది ముసలి యార్‌కి. మసీదులో నమాజుకు పిలుపు నిచ్చినప్పుడు, నమాజు చేసినప్పుడు కూడా అక్కడ వుండే శిలాశిల్పాన్ని భయంగా చూశాడు. అంతవరకు అలాంటివి కొన్ని ఉన్నట్లు కూడా పట్టించుకోలేదు అతడు. మరునాడు రాత్రి కూడా నిద్రలో లేచి ఎక్కడికో పరుగుతీసాడు అతడు. తనను ఆవహించిన కొచ్చున్ని దొరను ఆపటం తనవల్ల కాదని నిర్ధారణ అయింది అతనికి. ఒక కొమరం చెప్పే మాటల వేగంతో మువ్వలసవ్వడితో కొచ్చున్ని దొర అంటున్నాడు.

"బ్రతకాలంటే అప్పుడప్పుడు నమ్మకాలను వదలవలసి వస్తుంది. నమ్మకం కావాలంటే బ్రతుకును కూడా. నేను రెండింటిని ఆశించాను. ఏదైనా లభించిందా...?"

కొచ్చున్ని దొర ఆవహించి పరుగు తీసిన ముసలియార్ వాగులూ, వంకలూ తోటలూ దాటి పొన్నాని సముద్రతీరం చేరుకున్నాడు.

కడలిని వెతికే నది కోరిక నిప్పులా మండింది. ఏవేవో అనుభవాలను పునర్ సృష్టించడం కోసం అన్నట్లు కడలి యొక్క రత్నగర్భంలోకి వేళ్ళు పోనిచ్చింది. వీడ్కోలు చెప్పే ముసలి వెన్నెల భూమి మీద పాలిపోయి రాలింది. సుడిగాలిలా వీచే గాలిలోని నీటిబొట్లు నీటి కన్నా బరువుగా వుండేవి.

అంత నీటి ప్రవాహమున్న వాతావరణమైనా నది ఒడ్డున ఒక అగ్నిగుండం మండింది. నీరూ నిప్పు పరస్పర శమనాలు కావు. పరస్పర పూరకాలని అనిపించే దృశ్యం!

అగ్నిగుండం చుట్టూ యజ్ఞోపవీతం ధరించి కొందరు అర్ధ నగ్నులుగా వంగి కూర్చుని వున్నారు. దర్భలూ దేవదారు చెక్కముక్కలు కావు అగ్నిలో మండుతున్నవి. లావుపాటి మానులు. పీట యొక్క మెత్తదనంపై కాదు, మట్టి యొక్క గరుకుదనపు వాస్తవం పై కూర్చుని వున్నారు వాళ్ళు.

అతిముఖ్యమైన ఎంపిక గురించిన ఆందోళన వాళ్ళ ముఖాలపై ప్రస్ఫుటంగా కనబడింది. కొంత దూరం నుండి వినబడిన గుర్రపుడెక్కల సవ్వడి ఉన్నతస్థాయికి చేరింది. ఆ తరువాత హఠాత్తుగా ఆగింది. కొన్ని నిమిషాల తరవాత, ఆ శబ్దం పెరిగింది.

అక్కడ చేరినవాళ్ళే ఆ ప్రాంతంలో మిగిలిన నంబూద్రిలు (మలయాళ బ్రాహ్మణులు). టిప్పుసుల్తాన్ ఊరిని స్వాధీనం చేసుకోగానే ఇంచుమించు బ్రాహ్మణులు

అందరూ ఇస్లాం మతం పుచ్చుకున్నారు. ఆ మాట వినడం అనే జ్వరం సంక్రమించిన సమాజం మొత్తం వణికింది. ఒకరు తరవాత ఒకరు వచ్చి సున్తీ చేసుకున్నారు. టిప్పు సుల్తాన్ వాళ్ళకి గొప్ప సంపద అధికారాలూ అప్పగించాడు కూడా.

రోగగ్రస్థుడైన ఒక నంబూద్రి ఇంటి నుండి పారిపోయి ముందుగా మతం మార్చుకున్నాడు. ఇంటి పెద్ద అయిన నంబూద్రి చాలా మూర్ఖుడు. అతని క్రూరత్వం భరిస్తూ నెలలు తరపడి కుక్కలా ఇంటిలోపడి వున్నాడు అతడు. ఒక గిన్నె వేడినీళ్ళు అందించడానికి కానీ నొప్పిగా వుండే పాదాల్ని పిసకటానికి కానీ ఎవ్వరూ ఉండేవారు కాదు.

మతం మార్చుకున్న అతని మొదటి కోరిక తన సంబంధక్కారి (పెళ్ళి చేసుకోని భార్య) కళ్యాణిని కలవటమేనని చెప్పాడట. టిప్పు భటులు దయతో రాత్రికి రాత్రి ఆమెను వెతికి తీసుకొచ్చారు. వెంటనే ఆమె మతం మార్చి నంబూద్రి భార్యగా అతనితో కాపురం పెట్టించారు.

మహమ్మారిలా సంక్రమించిన మతం మార్పిడి నంబూద్రి కుటుంబాల్లో కలకలం సృష్టించింది. మండే గుండెలతో మూగజీవులుగా బ్రతికే కొందరికి ఇది ఒక విమోచనా మార్గంగా తోచింది.

పోనుపోనూ బలవంతంగా మత మార్పిడి చేస్తున్నట్లు వార్తలు వచ్చాయి. ఏ నిర్ణయమూ తీసుకోలేని కొందరు ఇంటి పెద్దలు దైవజ్ఞుల సలహా కోరారు. వాళ్ళు ఇలా చెప్పారు. "మతం మార్చుకోవడం శైవధర్మానికి సమ్మతం కాదు. కానీ భవిష్య పురాణంలో ఇలా ఒక నూతన వర్ణోదయం జరుగుతుందని ప్రస్తావించారు. ముండనం చేసిన శిరస్సు, తలపాగా, దగ్గరగా కత్తిరించిన గడ్డం మొదలైనవి వాళ్ళ ప్రత్యేకతలు. ఆ ధర్మస్థాపకుని పేరు మహమ్మద్. అనుమానం అక్కరలేదు. కుటుంబ సమేతంగా కొత్త ధర్మం స్వీకరించవచ్చు. రాశి ఇలా చెబుతోంది. గురు దృష్టి బాగుంది. శుక్రుడు ఉచ్ఛస్థితిలో వున్నాడు. ధర్మమార్పు వల్ల ఐశ్వర్యం సిద్ధిస్తుంది. ఆపడానికి ప్రయత్నించవద్దు. అలా చేస్తే అనర్థాలే..."

అయినా బ్రాహ్మణ్యపు సత్తువ గట్టిగా పట్టుకుని కొందరు దాక్కున్నారు. అలాంటి వాళ్ళను విడిచిపెట్టకూడదనే పట్టుదల టిప్పుసుల్తాన్ కన్నా మతం మార్చుకున్న వారిలో ఎక్కువ కనబడింది.

"వాళ్ళు సమస్యలు సృష్టిస్తారు. మా బ్రతుకులకూ ఆత్మలకే కాదు పరలోక జీవితానికి కూడా..." ఇలాంటి భయంతో కూడిన స్పందనలే మతం మార్చిన వారి నుండి టిప్పుకు అందినవి. అతని గుర్రపు డెక్కలు దాక్కున్న వారి కోసం, పారిపోయిన వారి కోసం వెతికాయి.

చివరిసారిగా జరుపుకునే ఈ పంపిక సభ ఎక్కువసేపు సాగదని ఆ యజ్ఞోపవీత దారులకు తెలుసు. లొంగిపోవడానికి ఇచ్చిన సమయం కరిగిపోతూ వుంది. గుర్రపు డెక్కల సవ్వడి దగ్గర చేరుతోంది.

"సమయం మించిపోతోంది. కావలసినవారు అగ్ని సరసులో దిగి అవతల ఒడ్డు చేరండి– బ్రాహ్మణ్యపు మోక్షలోకంలోకి. మిగతావారు యజ్ఞోపవీతం కోసి అగ్నిలో పారేసి వెళ్ళిపోండి మామూలు జీవితంలోకి–"

ఉక్కు గొంతుతో ఒకడు ఆగి ఆగి అన్నాడు. ఎవ్వరూ ఎవ్వరిని బలవంతం చేయలేదు. దానికి సమయం కూడా లేదు. హృదయంలో వేలాడే త్రాసులోని తక్కెళను ప్రతి ఒక్కరు స్వయంగా పరిశీలించుకున్నారు.

హరివిల్లుల రంగుల ధూళి, పుష్పదళాలూ ఆడదాని ఉదరం మధ్య నుండి జారే మెత్తటి రోమాల సరస్సూ కొందరి త్రాసులో తూగాయి. అలాంటివారు జందెం తీసి అగ్నిగుండంలో పడేసి తలదించుకుని వెనక్కు తిరిగి నడిచారు. బ్రాహ్మణ్యపు స్వప్న తేజస్సుకు కళ్ళు బైర్లు కమ్మిన కొందరికి తులనం చేయవలసిన అవసరమే లేకపోయింది. అలాంటివారు అగ్నిసరస్సులోకి దిగి ఈదటం మొదలుపెట్టారు. అస్థికలను, కండరాలను నిప్పుకు వదిలేసి ఈది మాయమైనారు.

కొచ్చున్ని మనసులోని త్రాసు అటూ ఇటూ కదిలింది. వెంటనే ఒక నిర్ణయం తీసుకోలేకపోయాడు. నమ్మకాల ఊహాదీప్తికి ఆకర్షితుడై జీవితపు ఉద్యానవనాలలోనూ హరితశోభల్లోనూ మనసు పారేసుకున్నాడు. అగ్నిసరసులో దిగినవారూ తిరిగి వెళ్ళిన వారూ పోతే సరసు ఒడ్డున వున్నవారు పలచపడ్డారు. కానీ కొచ్చున్ని మాత్రం జీవితపు సౌందర్యాన్ని, ఆత్మాహుతి యొక్క తేజస్సును బేరీజు వేస్తూ అక్కడే నిలబడ్డాడు. గుర్రపు డెక్కల సవ్వడి దగ్గరకు వచ్చి అతన్ని చుట్టుముట్టింది.

*

12

ముసలియార్ రాత్రి నిద్రలో నడుస్తున్నాడనీ నడకలో ఏవేవో చేస్తున్నాడనీ దగ్గర ఊళ్ళలో వాళ్ళకు తెలిసింది. నిద్రాటన వేళలో ముసలియార్‌ను అనుసరించి నడిచిన వారి ద్వారానే విషయం పైకి పొక్కింది. ఎప్పుడూ ఖురాన్ మాటలు మాత్రం పలికే అతన్ని రాత్రివేళలో ఒక భిన్నవ్యక్తిగా చూశారు వాళ్ళు. సముద్రం ఒడ్డున, మసీదు వాకిటిలోనూ తిరిగే ముసలియార్ అమ్మవారి గుళ్ళో భక్తి ఆవేశంతో అడుగులు వేసే కొమరాన్ని గుర్తుకు తెచ్చాడు.

తమకు ఖురాన్ నేర్పిన అతనే ఇతడని చూస్తే అనిపించ లేదు వాళ్ళకు. దేవీ, మహామాయా అనే పిలుపు– గుండె నుండి మొదలై గడ్డందాక లేచి జోడించే చేతులు– ఏవేవో సైగలు– ఏదో విగ్రహాన్ని చూసి చేసే చేష్టలని అనేదానికి అనుమానం లేదు.

పొన్నానిలో ఈ విషయం అందరికి తెలుసు. అయినా బహిరంగంగా మాట్లాడటానికి ఎవ్వరికీ ధైర్యం చాలలేదు. హృదయానికి వుండే ఆలంబన తెగిపోతుందేమో అనే భయాందోళనల వల్ల మహమ్మదీయులు వాళ్ళలో వారు గుసగుసలాడుకున్నారు. మమ్మూటి తన ఇంటి పెరటిలో గుడి కట్టించిన తరవాత విషయం. ఇది మసీదులో నమాజుకు పిలువు నిచ్చే, నమాజు చేసే ముసలియార్‌ని వాళ్ళు అనుమానాల నిప్పురవ్వలు చెరిగే కళ్ళతో చూశారు.

పక్క ఇళ్ళ నుండి బొట్టుబొట్టుగా కారి ఇంటికి చేరే గుసగుసల వల్ల బాధ కలిగిన ముసలి యార్ భార్య ఒక రాత్రి అతన్ని అడిగింది.

"మీరు ముస్లిమేనా...?"

"మరీ.."

"అందరూ అంటున్నారు, రాత్రి మీరు 'కాఫీర్' అని..." ఆ మాట వినగానే ముసలియార్ గుండె మధ్యలోని వంతెన కుదించుకుపోయింది. ఏదో తెలియని లోతుకు గుండె జారిపోయింది. ఇస్లాం మత ప్రవక్తగానే అంతవరకు అతడు ప్రసిద్ధుడు.

మాతృ తిరస్కారంలాంటి బాధాకరమైన స్థితికి చేరుకున్నాడు అతడు. కోపం బుసలు కొట్టింది. చేతికి అందిన పెళ్ళాం బట్టలు పట్టుకొని దగ్గరకు లాగి జుట్టు పట్టుకొని నేల మీదకు తోసి కాళ్ళతో తొక్కాడు. ఒక చిన్నపిల్లవాడిలా వెక్కివెక్కి ఏడుస్తూ ఆమెను బాగా కొట్టాడు.

బలహీనమైన అతని చేతులు కొట్టే దెబ్బల్ని అందుకుంటూనే ఒక తల్లి తన పిల్లవాడ్ని సాంత్వన పరిచినట్లు భర్తను సాంత్వనపరిచింది. ఆమె జాలువారే కన్నీరు వత్తుకుంటూ వణికే పెదవులను సంబాళించుకుంటూ భర్త గుండు తలకాయను వాత్సల్యంతో తడుముతూనే వుంది. తనకు ఎనిమిదిమంది పిల్లల్ని ప్రసాదించిన ఆ మనిషిని తన ఆఖరిపిల్లాడిలా గుండెకు హత్తుకుని ఓదార్చింది. అమాయకుడైన ముసలియార్ ఏడుపు ఆపుకోవడానికి ప్రయత్నించనూ లేదు.

అల్లా పరీక్షిస్తున్నాడని అనుకొని ఊరుకునే స్థితిలో లేడు అతడు. సిగ్గు పట్టు విడిపోయింది. కత్తితోనూ తాడుతోనూ వచ్చే నేరస్తుడి భావం నుండి తప్పించుకున్నా ముళ్ళు తెగని జన్మాంతర బంధాలు! గుర్తించేకొద్దీ పగతో రేగుతోంది మనసు!

పూర్తి ముసల్మాన్ కాకపోతే బ్రతుకు వద్దని అనుకున్నాడు. కాఫీర్ అనే మచ్చతో నిమిషమైనా బ్రతకలేడు. కలుషితమైన మనసూ, శరీరమూ ఆహూతి చేసి అల్లా స్వర్గంలో మళ్ళీ పుట్టడం కన్నా మరో మార్గం లేదు.

ఆలోచించే కొద్దీ పిచ్చెక్కినట్లుంది అతనికి. చీకటి పడగానే ఒక పెద్ద కొడవలితో బయటికి వచ్చాడు. గర్జించే కడలి అలలు అతని అడుగుల వేగం పెంచాయి. విశాలమైన సముద్రతీరంలో ఇసుకలో తన కోసం గొయ్యి తవ్వుకున్నాడు. కాబా శిలకి ఎదురుగా నిలబడి 'అల్లా హు అక్బర్' అని గొంతెత్తి ప్రార్థించాడు. కడలి గాలి ఆ ప్రార్థనను గుండెలోకి తీసుకొని అరేబియా దాకా ప్రయాణించింది. సముద్రాలు దాటి వచ్చిన ఆ అమృతధారలో తడిసిన వేలవేల ఈతచెట్లు ఫలాల్ని వర్షించాయి.

ఎల్.ఆర్. స్వామి

కొడవలితో గాయపర్చుకున్నాడు. నరాల నుండి నెత్తురు పారిన ముసలి యార్ అలసిపోయాడు. తన రక్తంలోకి దృష్టి మళ్ళించిన అతనికి కనబడినది మసీదులోని భగ్నవిగ్రహాల్లో చిమ్మిన రక్తమే!

అయితే ఇది నెత్తురంత లోతుకు వెళ్ళిన కాలుష్యమా..?

ఇస్లాం యొక్క పరిపూర్ణత్వం అందుకోవాలంటే ఈ బ్రతుకే అంతమవ్వాలా...?

స్పృహ కోల్పోయి ఇసుకలో పడి వుండే ముసలియార్‌ను జాలర్లు చూశారు. చీకటిలో మనిషిని పోల్చటం కష్టంగా వుండింది. తనకు వేటలో దొరికిన చేపలతో పాటు ముసలియార్‌ను భుజం మీద వేసుకొని నడిచాడు ఒక జాలరి. అంగడి వీధిలోకి చేరగానే జనం గుమిగూడారు. వందలకొద్దీ టార్చిలైట్లు, దివిటీలు చీకటిలో ముసలియార్ ఇంటివైపు ఈదాయి.

ఇంటిలోని సామూహిక ఏడుపు వింటూ స్పృహలోకి వచ్చాడు ముసలియార్. తను పలికిన మంత్ర ధ్వనులు ఎక్కడో ప్రతిధ్వనించి ఎక్కువ శబ్దంతో తిరిగి వస్తున్నట్లు తోచింది. ఆత్మపీడనం వల్ల కుళ్ళిపోయిన వందల వేల ఖర్జూరాలు, ఇళ్ళ లోపల లభించే భాషలేని జ్ఞానం, స్పృహలోకి వచ్చే వెండి వెలుగు తీగలు– పోయిన రక్తం పోయింది కానీ అదృశ్యమైన ఒక సాంత్వనం వల్ల తను స్వాస్థ్యం చెందుతున్నానని ముసలియార్‌కు తెలిసింది.

“దెబ్బలు తగిలాయా..?” వివరం తెలిసి వచ్చిన మమ్ముటి అడిగాడు.

“లేదు బిడ్డా..” హాయిగా నవ్వాడు ముసలియార్. మెల్లగా మమ్ముటి చేతులు అందుకున్నాడు. పగ, విద్వేషం అతని మనసులో నుంచి తొలిగిపోయాయి. తన చుట్టూ వుండే సాంత్వనపు సాన్నిధ్యం.

అది ఆస్వాదిస్తూ మమ్ముటితో హుషారుగా తమాషా కబుర్లు చెబుతూ కూర్చున్నప్పుడు మతపరమైన పీక ముళ్ళు సడలిపోయాయి.

*

ఎల్.ఆర్. స్వామి

13

దుకాణంలోకి బజారుల్లోకి వెళ్ళివచ్చే మమ్ముటి ఏవేవో జరుగుతాయని అనుకున్నాడు. భార్య కోసం విగ్రహ ప్రతిష్ఠ చేసినది అంత సులువుగా సద్దుమణిగే సమస్య కాదని అతనికి తెలుసు. సమస్యలను ఎదుర్కోవడం అతనికి ఎప్పుడూ అలవాటే. సాధారణ వ్యవహారాలతో సరిపోయినంత ఓపిక కాదు అతనిది. దెబ్బలాటలు కొట్టుకోవడాలు తరవాత మళ్ళీ అమృతం చిందే మైత్రిభావం చూపేవారు అంగడివారు. ఆ అనుభవం అతనికి గుర్తు ఉంది. ఆ మైత్రి గురించి మమ్ముటి తపనపడి వెతికిన రోజులూ వున్నాయి.

రోజులూ నెలలూ గడిచినా ఆ విషయం గురించి అలికిడి కాలేదు. పరిచితులైన పొన్నాని వారంతా పగుళ్ళు లేని మౌన కవచం ధరించి కనబడ్డారు. మాటల వల్ల తీరని దెబ్బలాటతోనే పూర్తయే ఏవో విషయాలు వాళ్ళ మనసులో దాచుకున్నారని తోచింది మమ్ముటికి.

కనబడిన ముసల్మాన్లు తప్పించుకోవడం కోసం ప్రయత్నిస్తున్నారు. ముఖంవైపు చూడకుండా ముఖంలేని మాటలు వాగుతున్నారు. ఇంటికి ఎవ్వరూ రావటం లేదు.

ఊరికే కొత్త సూర్యునిగా ఉదయించిన తన భార్యపై ఇంత కోపం ఎందుకని అర్థం కాలేదు మమ్ముటికి. గుడి కట్టినందువల్లనైతే నాలుగు బూతులు తిట్టినా, రెండు దెబ్బలు కొట్టినా ఇంత ఆందోళన ఉండేది కాదు మమ్ముటికి. మౌనపు ఆయుధాల పదును మొదటిసారిగా అనుభవిస్తున్నాడు అతడు.

చెప్పలేని ప్రమాద భయంతో సతమతమవుతున్నారు అంగడివీధిలోని ముసల్మాన్లు. మమ్ముటి ఇంటిలో జరిగినవి, ముసలియార్ నిద్రాటనమూ వారి విచక్షణా జ్ఞానాన్ని, యుక్తిశక్తిని హడలు కొట్టించాయి. ధార్మిక నైతిక ఆందోళనల వల్ల వారికి వారి మనసు జారిపోయినట్లు తోచింది.

సమస్యను పరిష్కరించే మార్గం కనబడక వాళ్ళు మౌనం పొడిగించారు. కర్ణా కర్ణిగా వివరం తెలిసిన ఒక సేదుముల్లా పై ఊరు నుంచి వచ్చారు. మసీదు ఆవరణలో జరిగిన సమావేశంలో అతడు ఒకడే చాలా గట్టిగా గొంతు చించుకొని అరిచాడు. "ఎవ్వరూ మాట్లాడరేంటి? వెంటనే వెళ్ళి వాడు కట్టిన గుడి పగలకొట్టేవాడు ఉన్నాడా...? చెప్పండి? ఉన్నాడా...? ఎంతకాలం ఇది భరిస్తాం...?"

ఉన్నామని చెప్పి వెంటనే ముందుకు సాగవలసినవారే వాళ్ళు. చెయ్యరాని పని చేశాడు మమ్ముటి. అక్కడ చేరిన వాళ్ళందరికీ ఆ విషయం తెలుసు. అయినా ప్రాణం జారిపోయినవారిలా భావరహితంగా కూర్చున్నారు పొన్నాని ముసల్మాన్లు. మళ్ళీ మళ్ళీ అదే ప్రశ్న వేశాడు ముల్లా. ఎవ్వరూ స్పందించలేదు. ఊరి వాళ్ళ మధ్య ఒంటరైపోయిన అతడు అన్నాడు , "నేను వెళ్తున్నాను. ఇక్కడ దునియా లేదు. ఇక్కడ నిలబడటం నా వల్ల కాదు."

ముల్లా నడిచి వెళ్ళగానే ఒక అనాథ గుంపులా మిగిలారు వాళ్ళు. నమాజుకు సమయం అయింది కనక శరీర శుద్ధి చేసుకుని మసీదు లోపలకు వెళ్ళారు. సర్వశక్తుని ముందు కాళ్ళపైనిలబడి నుదుళ్ళు నేలమీద ఆనించి ఆత్మవేదనతో సర్వం సమర్పించారు. పోల్చుకోలేని తమ అస్తిత్వాన్ని బలహీనతల్ని మర్చిపోవడానికి ప్రయత్నించారు.

మమ్ముటి నిర్మించిన గుడిని పగలకొట్టడం తమవల్ల సాధ్యం కాదని వాళ్ళకు తెలుసు. ఆ గుడి గుర్తు రాగానే గొంతు చించుకొని అల్లా అని ప్రార్థించారు వాళ్ళు. గుడినీ మమ్ముటినీ మరిచిపోయే శక్తిని ఇవ్వమని పదేపదే ప్రార్థించారు. కాని మమ్ముటిని మరవటం కూడా అసాధ్యమని వాళ్ళకు తెలుసు. పుట్టుకకైనా చావుకైనా ఏ ఇంటిలోనైనా అందరికన్నా ముందే ప్రత్యక్ష్యమయే పొన్నాని నాయకుడ్ని ఎలా మరవగలరు? దయా నిధియైన అల్లా దానికి తోడు ఉంటాడు. సముద్రం ఉప్పొంగి ముందుకు వచ్చినప్పుడు ఎనిమిదిమందిని కడలి అలల నుండి కాపాడాడు మమ్ముటి. అయిదారు నెలల క్రితమే కదా కాలిపోతున్న ఒక పాక నుంచి నలుగురు పిల్లలను కాపాడాడు...! ఇలాంటి ఎన్నో సంఘటనలు పొన్నాని ముసల్మాన్ల మదిలో కదిలాయి.

ఊరివాళ్ళతో మనసు విప్పి మాట్లాడిన రోజులు మరిచాడు మమ్ముటి. ఎక్కడికి వెళ్ళినా గాయపరిచే మౌనపు మొనలు అతన్ని వెంటాడాయి. అక్రమాసక్తమైన మౌనపు మొనల్లోపడి గాయపడిన మమ్ముటి మాటలు కూడా ప్రాణం కోల్పోయాయి.

ఊరివాళ్ళతో వ్యాపార విషయాలు మాట్లాడేటప్పుడు అతడు ఒక విషయం గమనించాడు. మాటల మధ్య మౌనభరితమైన విరామాలు పెరుగుతూ వచ్చాయి. అలాంటి విరామాల్లో వాళ్ళు తనపై ప్రయోగించడానికి ఆయుధాలు సంతరించుకుంటున్నారు.

మాట్లాడటానికి ఈమధ్య బీరాన్ కూడా దొరకటం లేదు. మమ్ముటి ఇంటిలో వుండేటప్పుడు అతడు పనిమీద బయట తిరుగుతూ వుంటాడు. అతడు ఇంటికి రాగానే మమ్ముటి బయటికి వెళ్ళవలసి వచ్చేది. ఇది అనుకోకుండా జరిగేదే కాని ఈమధ్య ఒక నియమంలా జరుగుతూ ఉంది. వ్యాపారంలో భాగస్వామియైన రహమాన్ ఇప్పుడు తిరిగిచూడడం లేదు. అప్పుడు సేఠ్‌జీ వచ్చాడని తీసుకెళ్ళాడు. ఆ తరవాత వ్యాపారంలో భాగసామ్యం వదలమని ఒకడి ద్వారా కబురుపెట్టాడు.

ఏ గొడవలూ లేకుండా చేసుకునే వ్యాపారం నుంచి వైదొలగడానికి కారణమేమిటి? కానీ... అలాగే కానీ... ఎవ్వరూ మాట్లాడకపోనీ... ఊరంతా వ్యతిరేకంకానీ... ఒకరోజు తప్పు తెలుసుకుని అందరూ తిరిగివస్తారు.

మమ్ముటి బాధల వ్రణాలు గోక్కున్నాడు. నొప్పితోనూ ఒకరకం సుఖం వెతుకుతూనూ ఆ ముహూర్తం కోసం వేచివున్నాడు.

పని ముగిసిన తరవాత గోదాంలోనే కాసేపు నడుం వాల్చే అలవాటుంది మమ్ముటికి. కొప్రా, కొబ్బరి పీచూ నిండిన ప్రత్యేకమైన వాసనతో కూడిన వాతావరణంలో కూర్చుని వ్యాపార లెక్కలు చూస్తాడు. ఏదో తెలియని బాధ ఆరోజు అతన్ని అక్కడే కట్టిపడేసింది. లేచిన ప్రతిసారి ఎందుకో మళ్ళీ వెనక్కు వచ్చి కూర్చున్నాడు.

ఏవేవో ఆలోచనలు మనసులో కాలుతున్నాయి. కాలే వాసన జాగ్రత్తగా గమనిస్తే అర్థమైంది ఊపిరి ఆడకుండా చేసే పొగ వచ్చేది గోదాం పై నుంచే.

ప్రమాదపు నిప్పురవ్వలు పొడుచుకొచ్చేది తన మనసు నుంచో లేక బయటి నుంచో అనే అనుమానం తీరేసరికి అగ్నిజ్వాలలు అతన్ని సమీపించాయి.

గోదాంను పట్టుకున్న అగ్ని యొక్క అశ్వాలు లోపలకి పరుగుతీసాయి. గబగబా రంగంలోకి దూకిన మమ్ముటికి కాలి రాలే దూలాలు దర్శనమిచ్చాయి. దానికన్నా భయంకరమైన ఒక అగ్నిగుండం అతని మనసులో కూడా తాండవమాడింది. చేతికి అందిన గోనెసంచి ముక్కలతో పరుగుగా తిరిగాడు అతడు. మండే దూలాలను వంచి విరిచాడు. పొగవలయాలతో గూడుపుఠాణి చేసే కొబ్బరిపీచు కట్టలను కాళ్ళతో తొక్కాడు. అవతల వుండే నూతి నుండి నీళ్ళు తోడి పిసిరాడు. నిప్పు అంటుకున్న వాటినీ అంటని వాటినీ మళ్ళీ మళ్ళీ తడిపాడు.

అప్పుడప్పుడూ, అక్కడక్కడా పొగ వదిలే అవశిష్టాలుగా మారింది అంటుకున్న నిప్పు. కాని మమ్ముటి గుండెలోని అగ్నిజ్వాలలు నూతన ప్రాంతాల్లోకి వ్యాపించాయి. గోదాంకి ఎలా నిప్పు అంటుకుందని ఎంత ఆలోచించినా అంతుచిక్కలేదు అతనికి. గోదాం బయటా పైనా వెతికాడు, ఏదైనా కారణం దొరుకుతుందని. కొబ్బరిపీచుల మధ్య తిరిగి చూశాడు. ఏ ఆధారమూ దొరకలేదు.

అగ్నిప్రమాద కారణాల గురించి ఆలోచిస్తూ వుంటే గోదాం వెనక వైపు ఏదో అలికిడి అయిందని అనిపించింది. రాక్షస హింసాజ్వరంతో ఒక ఉదుటన అక్కడకి చేరాడు మమ్ముటి. ముడుచుకు పడుకున్న రెండు కుక్కలు లేచి మెరుపులా పరిగెత్తటం కనబడింది అతనికి.

గోదాం చుట్టూ వుండే ప్రాంతమంతా కలయతిరిగాడు. వంగి కూర్చున్న సైతానులుగా ఆయుధదారులైన పురుషులుగా నల్లని వస్తువులు ఎదురుగా శిల్పాలు చెక్కాయి. ఉత్తర మూల చేరుకున్న మమ్ముటి దక్షిణభాగంలో చీకటిలో కొత్త రూపాల్ని చూసి తిరిగి పరిగెత్తాడు. ఆకాశంలో వెలిగే నక్షత్రాల్లో కూడా దొంగలు నిప్పురవ్వలుగా దాగి వున్నారేమోననే అనుమానం కలిగింది అతనికి.

ఇంటికి వచ్చి రాత్రి పడుకున్నప్పుడు కాని తన చేతులు కాలాయని తెలియలేదు అతనికి. కార్తి గుండెలో వేళ్ళు పోనిచ్చినప్పుడు రొమ్ముల్లో నుంచి పాకి వచ్చిన చల్లదనం గాయాలను చల్లపరిచింది.

అయినా అలా ఎక్కవసేపు గడపలేకపోయాడు. ఆమె కౌగిలి నుంచి విదిలించుకుని గదిలో పచార్లు చేశాడు. కిటికిలో నుండి చీకటిలోకి ఉరిమి చూశాడు.

గోదాంకి నిప్పు అంటుకున్న విషయం ఇంటిలో ఎవ్వరికీ చెప్పలేదు. అడిగిన ప్రశ్నలకు జవాబు చెప్పలేదు కానీ చల్లగాలిలా కార్తి అతని చుట్టూ కదులుతూనే వుంది.

ఆమె సానుభూతి చూపులకూ మాటలకూ అత్యంత విలువ ఉండే సందర్భం అది. అంత శత్రుత్వం నిండిన వాతావరణంలో గడుస్తున్నాయి రోజులు. అయినా ఆమెకు దగ్గర కాగానే ఆమె కౌగిటిలో చేరగానే ఎందుకో అతనికి నిరుత్సాహం హృదయపు మూలలోవున్న పొట్టుపోయి మండి పొగలేస్తుంది. స్నేహం ఉట్టిపడే కార్తి మాటలు విన్నా ఎందుకు రాయిలా వున్నాడో అతనికి అర్థంకాలేదు. కరిగిపోక ద్రవీకరించక ఆర్ద్రత కలగకుండా వున్నాడెందుకు?

ఏ శత్రువునైనా ఎదుర్కోవడానికి ఆమె ఇచ్చే ఆర్ద్రత చాలు కదా... ఆమె అండ వుండగా ఊరుతోనూ ఊరివాళ్ళతోనూ పని ఏంటీ? అయినా ఆమె కౌగిలిలో తను

నీరుకారిపోతున్నాడు. "ఎందుకు ఓడిపోతున్నాను? కార్తి అందించే వాత్సల్యానికి స్పందించలేక, చూపే పరిపక్వతను గెలవలేక మళ్ళీ మళ్ళీ ఓడిపోతున్నాను."

మరోరోజు అర్ధరాత్రి మమ్ముటి ఇంటిలో వంటగదికి నిప్పు అంటుకుంది. అప్పుడు ఇంటిలో వున్న మగవ్యక్తి మమ్ముటి ఒకడే. నరికి పడేసిన అరటిచెట్లలా ఆయేషా, ఆమె పిల్లలు నేలపై పడ్డారు.

అగ్నిగాలులు బుస కొట్టడం విన్న మమ్ముటి ఎగిరిలేచాడు; కాని ముందు వంట గది వైపు వెళ్ళలేదు. నిప్పు నాలికల వెనక శత్రువుల పన్నాగం దాగి వుందని కచ్చితంగా నమ్మాడు మమ్ముటి. ఈసారి శత్రువుని అనుకోగానే విషజన్యద్రవాలు నెత్తుటిలోకి ప్రవేశించాయి. అందువల్ల అందుకున్న ఆవేశం అతనిలో ఉప్పొంగింది.

మేడపైకి వెళ్ళే చెక్కమెట్లు గబగబా ఎక్కాడు. కొంచం తుప్పుపట్టినా ఇరువైపుల పదునుగా వున్న ఒక ఖడ్గం అక్కడ పడి వుంది. ఏనుగును కట్టే ఇనుపగొలుసూ కొన్ని ఆయుధాలు వున్నాయి అక్కడ. అన్ని చేతులో ఉండాలి. ఏమాత్రం అవకాశమూ ఇవ్వకూడదు శత్రువుకి.

వంటగది చేరాడు కానీ ఆయుధం ప్రయోగించడానికి ఒక నిమిషం ఆలస్యమై పోయింది. తలయెత్తి చూస్తే ఒక బల్ల మీద నిలబడి దూలాలకు అంటుకున్న నిప్పును తడిపే కార్తి కనబడింది. అవసరానికి తగినట్లు ఆమె కాళ్ళుచేతులు పొడుగైనట్లు తోచింది మమ్ముటికి.

పాములవాడికి లొంగే పాము పడగలా అగ్నిస్ఫులింగాలు పడగ ముడుచు కున్నాయి. మొత్తం అగ్ని స్ఫులింగాలు నామావశేషమైనాయి. పొగ ఆమె చుట్టూ చేరి ముఖాన్ని కప్పేసింది.

పొగ తెర వెనక నిలబడి నవ్వుతూనే వుంది కార్తి. ఒళ్ళంతా చెమటతో తడిసి కట్టుబట్టలు ఆమె ఒంటికి అంటుకున్నాయి. కింద నుంచి చూసిన అతనికి ఆమె రొమ్ముల పరిపూర్ణత్వం నమ్మశక్యంగా అనిపించలేదు.

పొగతెర పోగులను విడదీసి మెల్లమెల్లగా ఆమె బల్ల దిగి మమ్ముటి వద్దకు వచ్చింది. ఆమె కళ్ళు ఎర్రబారి వున్నాయి. ప్రశాంతంగా వున్నా మంచి పని చేశాననే ఆనందం ఆమె బుగ్గలపై విరబూసింది.

కార్తి సమీపించే కొద్దీ పొగ తాలూకు వాసనవల్ల దగ్గుతూ వెనక్కు వెనక్కు నడిచాడు మమ్ముటి. మనసులోని భయాన్ని చేతుల్లోని ఆయుధాల్ని దాచడానికి ప్రయత్నించాడు మమ్ముటి. ఖడ్గమూ గొలుసూ వెనక్కు పెట్టాడు పూర్తిగా. ఆరని పొయ్యి నుండి నిప్పురవ్వలు ఎగిరి వుంటాయి. కొబ్బరాకుల పైకప్పు కదా... అంటుకోవడం

సులువు... సంఘటనను తేలికగా తీసుకుని అంది కార్తి. చూసేవేవి నమ్మలేక ఆమెనే ఉరిమి చూస్తూ నిలబడ్డాడు అతడు.

కిటికి బయటికి వెళ్ళిన అతని చూపు హఠాత్తుగా అక్కడ ఆగిపోయింది. చిమ్మ చీకటి లోతుల్లో నుండి పొడుచుకు వచ్చే రెండు సైతానుల కళ్ళు. అది తను అనుకున్నదే కదా అని తలచి మళ్ళీ సంహారరుద్రుడైనాడు అతడు. ఖడ్గం కుడిచేతిలోకి తీసుకున్నాడు. ఇనుపగొలుసును ఎడం చేతిలోకి తీసుకున్నాడు. అప్పటి ఆవేశంలో ఒక మూడో చేయి కూడా పుట్టుకొచ్చినట్లు అనిపించింది. ఎలాగోలా మరికొన్ని ఆయుధాలను కూడా అందుకున్నాడు.

అతని కండరాల్లో పర్వతశ్రేణులు పుట్టాయి. నీలి నరాల్లో లావా ప్రవహించింది. ముఖం ముడుచుకుపోయి ప్రాకృతఛాయలు సంతరించుకున్నాయి. బలమంతా ఉరిమి చూసే కళ్ళల్లో కేంద్రీకరించాడు. మొదటిది కాదు చివరిదెబ్బ వెయ్యటానికి సిద్ధమయ్యాడు. భూమి కంపించే అడుగులు వేసి తలుపు వైపు నడిచాడు బయటికి వెళ్ళడానికి. బయట తలుపులు వేసి ఎదురుగా నిలబడి వుంది కార్తి! ఆమె శరీరంలోని ప్రతి అణువూ పకపకా నవ్వుతోంది. ఒక నల్లపిల్లి ఆమె వేళ్ళకు చిక్కుకుని ఉంది.

"దీని కోసమేనా గొలుసూ, ఖడ్గం. పాపం వదిలేయండి," భావరహితంగా నవ్వింది ఆమె. పళ్ళు ముందు వరసల్లో వుండే చిన్న చిన్న సందులు ఆమె అందాన్ని ద్విగుణీకృతం చేశాయి. ముఖం నుండి జాలువారే స్వేదబిందువులు కన్నీరులా కనబడింది. ఒక స్వేదబిందువు ముక్కు చివర చేరి ముత్యంలా మెరిసింది.

మెల్లమెల్లగా ఆగిన నవ్వు స్వానుభూతి నిశ్వాసాలుగా పునర్జన్మ ఎత్తింది. వాత్సల్యంతో మమ్ముటి వీపు తడిమి అతన్ని పడకగదిలోకి తీసుకొని వెళ్ళింది. జరిగిన దాని గురించిన సందేహాలు మమ్ముటి మనసులో మిగిలే ఉండేవి. శత్రువు చేతులు లేనిదే పై కప్పుకు నిప్పు అంటుకోవడం ఎలా సాధ్యం? అర్థం చేసుకోలేని మాంత్రిక విద్యలు ప్రదర్శించింది కార్తి. పగ యొక్క అగ్నిని ముత్తాబు కుండీను ఊది ఆర్పినట్లు ఆర్పింది ఆమె. సైతాన్ ఆకారాన్ని ఆవహించి ఒక చిన్న పిల్లిపిల్లగా మార్చింది. ఆమెలోని నిక్షిప్త భావాలను గుర్తు చేసుకున్న మమ్ముటికి నిద్రపట్టలేదు.

అయినా, చివరి జాములో కునుకుపట్టింది. బాగా తెల్లవారినా లేవలేదు. గోదాంకూ దుకాణానికి వెళ్ళవలసిన సమయం దాటిందని కుదిపి లేపితే కంగారుగా లేచాడు.

దేనినైనా ఎదర్కోవడానికి సిద్ధంగా అతని కండరాలు బిగుసుకున్నాయి. అతని చేతులు తగిలి కార్తి ముక్కు నుండి నెత్తురు బొట్టు రాలింది. అది చూసి కార్తికన్నా అతడు కంగారుపడ్డాడు.

ఎల్.ఆర్. స్వామి

"ఎక్కడ... ఎక్కడ నుంచి రక్తం...?"

దాగివుండే ప్రమాదానికి ప్రతిరూపంలా కనబడిన నెత్తురును చూసి అతడు మళ్ళీ మళ్ళీ కంగారుపడ్డాడు. తన చేయి తగలటం వల్లే కార్తి ముక్కు నుంచి రక్తం రాలిందనే నిజం బుర్రకి ఎక్కడానికి చాలాసేపే పట్టింది.

కార్తిని సాంత్వన పరచడానికి ప్రయత్నించే కొద్దీ అతడు మరీ అస్వస్థుడైనాడు. ఆమె కౌగిలి నుంచి తప్పించుకుని బయటపడ్డాడు. పడకగది కిటికి ఊచలకు ముఖం ఆన్చి బయటికి దృష్టి పోనిచ్చాడు.

ఇంటిపై కప్పుమీదకు పాకినాయి సూర్యుని వేళ్ళు. కిటికీ నుండి చూస్తూ వుంటే గర్జించే నల్లని కడలి కనబడుతోంది- తలలు బాదుకునే అలలు గాండ్రించి ఉమ్మే సాగర గాలి- అస్వస్థతకి ప్రతీకలవి.

అన్నిటికీ అవతల దూరంగా- దూరదూరంగా ప్రశాంత జలరేఖలు తేటతెల్లమవుతున్నాయి. అక్కడకి చేరితే అంతా అగాధమే. ఏమిటో తెలియని అస్వస్థత. మమ్మూటి సరదాగా ఆలోచించాడు. ఆత్మ వినాశనమనే రతి సుఖంలో మునిగి అతడు మోహనిద్రలోకి జారాడు.

ఆ తరవాతి రోజుల్లో చీకటి దళాలు యుద్ధం ప్రారంభించాయి. దుకాణం మూసి ఇంటికి తిరిగి వస్తున్నప్పుడు అడుగు అడుగుకి వెనక్కు తిరిగి చూశాడు. ఎవ్వరో తనను అనుసరిస్తున్నట్లు తిరస్కారభావంతో చీకటి మాంత్రికులు అతని వెనక నడిచి గేలిచేశారు. చీకటిదెబ్బలనూ దొంగదెబ్బలనూ ప్రతిరోధించి అతని చేతులు అలసిపోయాయి.

*

14

రక్తాభిషిక్తమైన సంధ్య పొన్నాని సముద్రతీరంలో కునుకు తీస్తోంది. తెప్పలు ఒడ్డుకు చేర్చి కొందరు దిగారు. సేదుముల్లా తిరిగి వస్తున్నాడు. ఈసారి అతడు ఒంటరి గా రాలేదు. సంధ్య యొక్క ఎర్రతనం తాగిన ముఖాలతో, కళ్ళతో కూడిన పదిమంది ఉన్నారు అతనితో. నడకకాదు పరుగూ కాదు అన్నట్లు గబగబా కదిలారు వాళ్ళు. సంధ్యారక్తం పాతబడి నల్లని మచ్చగా మారింది. వాళ్ళు పొన్నానిను సమీపించే కొద్దీ ఊరిని చిమ్మచీకటి తినేసింది. రాత్రికి రాత్రి వాళ్ళు విడిపోయి పొన్నాని ధమనుల్లో అదృశ్యమైనారు. ఆ తరవాత వాళ్ళ దార్లనూ కదలికలనూ చీకటి తెరలు కప్పేశాయి. నమాజు ముగించి మసీదు నుండి తిరిగి వస్తూ వుంటే తాళ్ళ ముడి లాంటి మాటలు మమ్ముటిని కట్టిపడేసాయి.

"ఈ కుక్కకు మసీదు ఎందుకు? ఇంటిలో కట్టిన మరుగుదొడ్డిలోకి వెళ్ళి చేసుకోరా ప్రార్థన..." మమ్ముటి వెనక్కు తిరిగాడు. పూర్తిగా అపరిచితమైన ఒక ముఖం తాలూకు తెగింపు చూసి పొన్నానిలోని ముసల్మాన్లు కూడా కంగారు పడ్డారు. ఎవ్వరూ ఏమిటని మమ్ముటి చూడలేదు. కొంత కాలంగా ఊరివాళ్ళ ముఖాలన్నీ ఒకలాగే కనబడుతున్నాయి అతనికి. నెలల తరబడి కయ్యానికి సిద్ధపడి గట్టిపడిన కండరాలు కొంత విదిలించాడు. పిడికిళ్ళు గుర్రాలుగా ఎంత ఎగిరినా చేతి తిమ్మిర్లు తగ్గలేదు. తిరిగి వస్తూ మసీదు గోడలపై గుద్ది తన చేతి తిమ్మిర్లు తగ్గించుకున్నాడు మమ్ముటి.

మొదటి గుద్దుకే ఆ మాట పలికినవాడి శరీరం గోళాకృతి సంతరించుకుని నేలకి ఒరిగింది. నోటి నుండి వెచ్చటి నెత్తురు రెండు మూడు విడతలుగా కారింది. వికసించిన నెత్తుటి పొదలు చూడగానే గోదాములోనూ ఇంటి వంటగదిలోనూ మండిన అగ్నిసరస్సు గుర్తుకొచ్చింది మమ్ముటికి.

నిప్పు, ఎరుపూ కొంతకాలంగా వివిధ రంగుల్లో వేటాడుతున్నాయి. ఆపదలను సదా ఎదురుచూసీ చూసీ మనసు మొద్దుబారిపోయింది. ఇప్పుడు ఒకరిని ఇంచుమించు చంపి మసీదులో పడేసినందుకు అతడు బాధపడలేదు.

తరవాతి రోజుల్లో సేదు ముల్లా నిప్పు తొక్కిన రాక్షసుడిలా ప్రవర్తించాడు. తోచిన విధంగా అంగడివీధిలోని ఇళ్ళల్లోకి బలవంతంగా ప్రవేశించి తన మండే కోపపు కందువాలు విసిరాడు. తమ ఒంటికీ మనసుకూ నిప్పు అంటుకుంటుందేమోననే అనుమానం కలిగి బాధపడ్డారు పొన్నాని ముస్లింలు. రోజులు గడిచినకొద్దీ తన గుండెలోని కొత్త కొత్త విషగ్రంథుల గురించి తెలుసుకున్నాడు మమ్ముటి. ఈమధ్య అతడు ఎక్కువ ఆలోచించేది వ్యాపార విషయాలు గురించి కాదు. మొట్టమొదట గుర్తుకు వచ్చేది వ్యాపారంలో మోసాల గురించే.

పక్క ఊరులో సామాన్లు ఉన్నాయని వెళ్ళమని ఎవరైనా సలహా ఇస్తే అనుమానం మొదలవుతుంది. తను లేనప్పుడు గోదాంకి నిప్పంటించడానికి గూడుపుఠాణి చేస్తున్నారా? ఇలాంటి పప్పులు తన పొయ్యిలో ఉడకవు అని అనుకున్నాడు. ఊరెళ్తున్నట్లు అందరికి చెప్పి గోదాంలో దాక్కోవాలని కూడా అనుకున్నాడు. వచ్చేవాడి తలకాయ రెండుగా పగలగొట్టవచ్చు.

వ్యాపారం నుండి ఆదాయం తగ్గుతూ వచ్చింది. దానికి కారణం కూడా ఇతరులే అని అనుకున్నాడు. యాదృచ్ఛికంగా దుకాణం ముందు నుండి నడిచి వెళ్ళే యాత్రికుణ్ణి కూడా అనుమానించి పగ, విద్వేషం పెంచుకున్నాడు. పొన్నాని ముసల్మాన్ల అమాయకపు ముఖాల్లో రాయబడని కథలు చదివాడు. స్నేహమనే భావం ఇంకా ప్రపంచంలో అవతరించలేదని కనిపెట్టాడు.

అరేబియన్ సముద్రం తరువాత పొన్నానిలో ఎక్కువగా వినబడే మమ్ముటి నవ్వు అంతరించింది. అతని పై పెదవి ఎడంవైపుకు సాగిపోయింది. భృకుటి మధ్య త్రిశూలాకృతిలో మూడు రేఖలు ప్రత్యక్షమైనాయి.

పోక వ్యాపారం వల్ల తగిలిన భారీనష్టం గురించి ఆలోచిస్తూ చాలా పొద్దుపోయేంతవరకు నిద్రపోలేదు ఆరోజు. పొద్దున ఆలస్యంగా లేచి కళ్ళు నులుపుకొని చూస్తే ఎదురుగా కార్తి కనబడింది. పొద్దునే లేచి కాలకృత్యాలు తీర్చుకుని స్నానం చేసి అమ్మవారిని దర్శించి వస్తోంది ఆమె.

తల్లిని చంపి పుట్టాడు బాలసూర్యుడని అనిపించింది. ఆకాశంలో నెత్తుటి చుక్కలు చెల్లాచెదరుగా పడి వున్నాయి. బలహీనమైన కనురెప్పలు విప్పి తొంగి చూస్తున్నాయి సూర్యకిరణాలు. ఇంటి ఉత్తర భాగాన చేరినా అవి కార్తిని స్పర్శించలేక వెనక్కు జరుగుతున్నాయి. ప్రభాతపు జాడ్యం ఆమెను తాకనైనా తాకలేదు. నిండు జ్ఞానం వల్ల మెరిసే ముఖమూ సర్వగ్రాహియైన నయనాలు– ఒంటికి అంటుకున్న తడి బట్టలు– విరబోసుకున్న జుట్టు నుండి జారే నీటిముత్యాలు– భార్య కోసం గుడి కట్టించిన తరవాత రోజు నుండి ఈ దృశ్యం చూస్తున్నాడు మమ్ముటి. ప్రతిరోజు ఆ దృశ్యాన్ని ఆరాధనాభావంతోనే వీక్షించేవాడు. కానీ ఆరోజు ఎందుకో హఠాత్తుగా ముఖం తిప్పుకున్నాడు. తన ఆరాధనలో భయము యొక్క ముళ్ళే ఉండేవని తెలుసుకున్నాడు. చెప్పలేని ఏదో అసహ్యం అతన్ని పీడించింది.

ఆమె చూపులు తనను వెతుకుతూ రావటం గమనించి కావాలని వెనక్కు తిరిగి నడిచాడు. ఆ చూపులను ఎదుర్కో లేనని మమ్ముటికి ఇంచుమించు ఖచ్చితంగా తెలుసు.

అంతవరకు అపజయం ఎరుగని ప్రపంచంలో బ్రతికాడు మమ్ముటి. నేడు ఎక్కడకి వెళ్ళినా అందేవి అపజయపు పానపాత్రలే! నిర్లక్ష్యపు ముళ్ళు విసిరే ఊరువాళ్ళూ సొంత మనుషులూ– అప్పుడప్పుడు వ్యాపారంలో నష్టాలు.

చిక్కని ఎర్ర దుస్తులతో ఎదురుపడే భార్య– ఆరోజు ఆమె నుదురు, బుగ్గలు, జుట్టు– మొదటి నెలల్లో ఆత్మ విశ్వాసంతో మమ్ముటి గుర్తుకు తెచ్చుకునేవాడు. చూడు వచ్చేసారైనా నీ ఎర్ర గన్నేరుపూలు రాలనివ్వను, పూర్తిగా మగ్గిన ఫలంతో నువ్వు నా దగ్గరకు వస్తావు అనుకునేవాడు.

కానీ మళ్ళీ మళ్ళీ ఎర్రపూలు పిందె తొడగక రాలుతూ ఉండేవి. పడకగదిలోకి అడుగుపెట్టగానే కంగారుపడేవాడు మమ్ముటి. అందంగా పుష్టిగా కనబడే కార్తి శరీరంతో చేయవలసినదేమిటో అతనికి తెలియలేదు. ఆత్మవిశ్వాసరాహిత్యం అతని మగతనాన్ని లొంగతీసింది. ఆరడుగుల ఆజానుబాహుడైన మమ్ముటి చీమలా కుదించుకుపోయాడు. తప్పదన్నట్లు ఆమె నగ్నతను నిమిరాడు. అలసిపోయిన ప్రతిసారీ కార్తి అతన్ని సాంత్వన పరుస్తూనే వుంది. ఆమె స్నేహగ్రంథులు స్రవించి మనోజ్ఞానాన్ని నింపడానికి ప్రయత్నించింది. అలాంటి వేళల్లో మాతృత్వపు స్తన్యం ఆస్వాదించాడు. వెంటనే హడలిపోయి బలహీనుడై బోర్లా పడుకున్నాడు. పడకగదిలో నుండి ఎలాగోలా బయటపడడం గురించి ఆలోచించాడు.

మమ్ముటి తన నుండి తప్పించుకుని తిరుగుతున్నాడనేది కార్తి గమనించింది. వాకిటి నుండి లోపలకు వెళ్ళిన కార్తి అతన్ని వెతికింది. కార్తి హాలులోకి రాగానే

మమ్ముటి పడకగదిలోకి వెళ్ళాడు. ఆమె పడకగదిలోకి వస్తూ వుంటే హాలులోకి వెళ్ళాడు. హాలు చేరుకున్న కార్తిని చూసినదే తడవు రోడ్డు వద్దకు నడిచే మమ్ముటిని ముందు దోబూచులాడే పిల్లాడి అల్లరిలా వుందని సరదాపడింది. తరవాత అది మరిగే లావాగా మారింది. ఎన్ని దుర్గాల నిర్మాణంతో ఒంటరితనం ఆపాదించినదీ మానవ హృదయ నిర్మాణమని ఆలోచించింది. పుట్టిన నాటినుండి ఆ కోటగోడలు పగులకొట్టడం కోసం అది ప్రయత్నిస్తోంది. మరో ప్రాణంలో కరగటం కోసం కొట్టుకుంటున్నది.

అయినా, అంగుళమైనా కదలలేక కోటగోడల రాయి క్రింద పడి నలిగిపోతోంది. అతి దగ్గరగా వుండే వాడి ఆత్మజ్వాలైనా చూడక దాని కోసం చేసిన ప్రయత్నం వ్యర్థమై తను ఒంటరితనంలోనే సాగుతోంది.

రాత్రివేళల్లో పారిపోయి తిరిగివచ్చిన బాలుడిలా ప్రవర్తించేవాడు మమ్ముటి. పడకగదిలోకి వెళ్ళడానికి జంకి కొంతసేపు అక్కడక్కడ తచ్చాడేవాడు.

పక్కలో వాలిన కార్తిని పట్టించుకోకుండా ఒకవైపు తిరిగి పడుకునేవాడు. నిద్ర పోతున్నట్లు నటిస్తూ మౌనపు దుప్పటి కప్పుకునేవాడు.

మమ్ముటి ప్రతి కదలికనూ జాగ్రత్తగా గమనిస్తూ ఉండేది కార్తి. ఏ నిమిషంలో నైనా మేలుకోవడానికి సిద్ధంగా వుండేది. కాని తన భర్త 'అది' కోరుకోవడం లేదని ప్రస్ఫుటమైంది ఆమెకు. నిద్రాతంత్రులను గట్టిగా బిగించాలని అనుకున్న కొద్దీ గుండె జారిపోయి ఎక్కడెక్కడో సంచరిస్తు వుండేది.

జీవిత నియమాలు, మరణ నియమాలు రెండూ తనను ఒంటరిగా చేసాయనే నిర్ణయానికి వచ్చింది ఆమె. తన తల్లితోడు కానీ మామయ్యతోడు కానీ లేక మరణించిన అమ్మమ్మ గురించి శ్మశానం దాక వెళ్ళింది కార్తి. అయినా వారు కూడా ఎన్నో కారణాలు చెప్పి తప్పించుకున్నారు.

చనిపోయినందువల్ల లేచి రాకూడదట! సరదాగా ఆమెతో కబురులాడకూడదట! అదే మేలప్పురం తరవాడులోని నాటి స్థితి! మమ్ముటి దూరంగా వుండటం గురించి కూడా మరీ అంత ఆశ్చర్యపోలేదు కార్తి. కాని ఎందుకో తెలియని పగ. దాన్ని లొంగ తీసుకోవాలనే సానుభూతి- మనసులో నురగులు కక్కింది.

కార్తి ఇంటిలో అడుగుపెట్టినప్పుడు కలిగిన భయందోళనలు ఇప్పుడు ఆయేషా మనసులో లేవు. కార్తిని ఒక స్నేహితురాలిగా అంగీకరించలేకపోయింది కాని వదిన సాన్నిధ్యమిచ్చే రక్షణ యొక్క వెచ్చదనం ఆస్వాదించింది. వంటగదిలో నిప్పు అంటుకున్నప్పుడు మమ్ముటికన్నా మనోధైర్యం ప్రదర్శించింది వదిన కదా! ఏం జరిగినా వదిన ముఖంలో అసలు భయాందోళనల నీడలు కనబడవు.

పిల్లలకు జ్వరం కానీ విరోచనాలు కానీ సోకితే వదినకు చెబితే చాలు పెరట్లోకి వెళ్ళి మొక్కల నుండి ఏవో ఆకులు ఏరి అరిచేతులలో పెట్టుకొని గుండ్రంగా చేసి మందు తయారుచేస్తుంది. ఆ మందు మింగగానే జబ్బు నయమైపోయేది. ఒకొక్కప్పుడు పిల్లవాడి పొట్ట గట్టిగా నొక్కి అంటుంది. 'ఒరేయి నీకేం జబ్బు లేదురా!' పొట్ట నొప్పి అని గుక్కపెట్టకుండా ఏడ్చే పిల్లాడు వెంటనే మామూలైపోతాడు.

ఇంటి ఆవరణలో కట్టిన గుడికి వెళ్ళి ఆమె తిరిగి వచ్చేటప్పుడు ఏ సమస్యకైనా పరిష్కార మార్గాలు ఆమె ముఖం మీద కనబడతాయి.

ఎప్పుడూ హడావిడిగా తిరిగే మమ్మ్మటి కొంతకాలంగా తనపట్ల తగినంత శ్రద్ధ చూపటం లేదని అనుకుంటోంది ఆయేషా. కార్తి ఇంటికి వచ్చాక బీరాన్ కూడా ఎక్కువ సేపు ఇంటిలో గడపటం లేదు. ఇంటిలో వున్నా ఒడ్డున పడేసిన చేపలా బయటికి దూకే తొందరలో ఉంటాడు.

ఆయేషాకు గుర్తున్న రోజులకన్నా ముందు తల్లిదండ్రులు పోయారు. ఆమెకు అంతా మమ్మ్మటియే. పగటి మైకంలోని కలలా ఒక చిన్న విరామంలో కొత్త పెళ్ళి కొడుకు– భర్త– ప్రత్యక్షమైనాడు. అతడు బ్రతికి వున్న కొన్ని సంవత్సరాలు పురిటి మంచం మీద వుండటమే గుర్తు. ముగ్గురు ఆడపిల్లలకు ముగ్గురు మగపిల్లలకు తనను తల్లిని చేసి భర్త కాలయవనిక వెనుక మాయమయ్యాడు.

ఆమెకు ఒకే ఒక ఆలంబన మమ్మ్మటి. అతడు తలకు నిప్పు అంటుకున్నట్లు తిరగటం ప్రారంభించాక ఆమెకు ఆశ్రయం కార్తి మాత్రమే! అమాయకురాలైన ఆమె ఆ విషయం పక్కింటివారితోనూ, ఇంటి పనివారితోనూ చెప్పింది కూడా. దేవలోకం నుంచి దిగివచ్చిన ఖురేషిలాంటి వదిన ఇంటిలో వుంటే అభిమానించని వారు ఎవ్వరుంటారు? కార్తి గుణగణాలు గురించి గొప్పగా చెప్పే ఆయేషాకు ఆమె పట్ల అసూయ కానీ పోటీ కానీ అనిపించలేదు.

'ఓ మా అల్లా... ఏలా పడివుండే వాడు పిల్లాడు. ఆమె ఒక మోతాదు మందు ఇవ్వగానే గుర్రంలా పరిగెత్తాడనుకో.."

కార్తి ప్రయోగించిన మూలికా మందుకు ఆయేషా ద్వారా గొప్ప ప్రాచుర్యం లభించింది. ఊరులోని ఆడవాళ్ళు కార్తితో పరిచయం చేసుకోవాలని, మూలికా మందు గురించి తెలుసుకోవాలని ఉబలాటపడ్డారు.

మమ్మ్మటి గుడి కట్టించాడనే మచ్చతో, ఆ ఇల్లు వెలివేసినట్లు ఉండేది. ఆ రోజుల్లో కార్తితో మాట్లాడితే వేరెవ్వరికైనా తెలుస్తుందేమోననే భయం ప్రతి స్త్రీకి ఉండేది. గోడ వారగా నిలబడి వాళ్ళు కార్తి కదలికలు గమనించారు.

ఒకరోజు సంధ్యవేళలో పొట్టనొప్పి భరించలేక ఫాత్తుమ్మ ధైర్యం చేసి ఆ ఇంటికి వెళ్ళింది. వెళ్ళగానే ఆయేషా చెవులో రహస్యంగా విషయం చెప్పింది. "పొట్టనొప్పి భరించలేకపోతున్నాను తల్లీ, దానికి చెప్పు ఏదో ఒక మందు ఇవ్వమని..."

మేలేప్పురం తరవాడు ప్రాంగణంలో అమ్మమ్మతో కలసి తిరిగినప్పుడు కొన్ని పసరుమందుల గురించి తెలుసుకుంది. పొట్టలో నొప్పి ఆమెకు కొత్తదే అయినా శరణార్థి లా తనను చూసే ఫాత్తుమ్మ పట్ల సానుభూతి కలిగింది.

ఆ తల్లి ఎంత ఆరాధనతో నమ్మకంతో చూస్తోంది తనను! ఆమెకు మందు ఇవ్వాల్సిందే, సానుభూతితో ఆమెను స్పర్శిస్తూ కార్తి అంది.

"నొప్పిగా ఉందా? ఆ నొప్పి మొత్తం నాకు ఇచ్చేయండి."

ఫాత్తుమ కళ్ళలో ఆశ్చర్యపు మతాబులు వెలిగాయి. కాసేపు అలాగే నేల మీద పడుకుంది. ఆ తరవాత చేతులు మెల్లగా నేల మీద ఆన్చి లేచింది. కార్తి పిలవగానే తన నుండి దిగిన నొప్పి ఆమెకు ఇబ్బంది కలిగిస్తుందేమోనని కాసేపు శ్రద్ధగా నిరీక్షించింది.

ఫాత్తుమ్మ కడుపునొప్పి తగ్గిన విషయం గురించి ఆడవాళ్ళు గుసగుసలాడు కున్నారు. జబ్బులకు మందు కోసం రహస్యంగా కార్తికి కబురు పెట్టడం ప్రారంభించారు. విషయం తెలిసినా, తెలియనట్లు నటించారు మగాళ్ళు.

తనను ఆరాధించే ఒక సమూహం అదృశ్యంగా ఎదుగుతుందనే విషయం కార్తి గ్రహించింది. కాని ఒక విరోధాభాసలా ఆమెకు మిగిలినది మాత్రం ఒంటరితనమే. పొన్నాని కడలి నుండి వీచే ఉప్పుగాలి కూడా గౌరవభావంతో ఆమె నుండి తప్పించు కుంటుంది. ఆ గాలి తనను స్నేహపూర్వకంగా తాకే రోజు కోసం ఎదురుచూస్తూ కూర్చుంది కార్తి.

ఏవో రహస్యాలు దాగి వున్నాయేమోననే అనుమానం కలిగింది మమ్ముటికి. లాగి కట్టబడిన మనసులో వందలకొద్దీ అనుమానాల సవ్వడి. ఆమెను వదిలి మమ్ముటి బలహీనతలు సుదూరాల్లోకి పరుగుతీసాయి. కార్తి ఇంటిలో అడుగుపెట్టిన రోజు నుండి మనసుకు స్థిమితం లేదు. తన పట్ల ఊరి వాళ్ళ ప్రవర్తన మారిపోయింది. ఏది ఏమైనా ఆమె ముందు తను కూడా ఒక మేకపిల్లగా మారుతున్నాడు. అదీ మమ్ముటి బాధ. వీరుడైన తనకు ఆమె ఎదుట ధైర్యలోపం ఎందుకు?

కొన్ని రోజులుగా జలుబుతో బాధపడుతున్నారు ఆయేషా పిల్లలు. ముక్కు నుండి కారే చీమిడిని నాలిక కొసతో నాకటానికి ప్రయత్నించే పిల్లలకు రెండు మొట్టికాయలు వేసింది ఆయేషా. ఆ తరవాత బలవంతంగా రెండు మూడుసార్లు ముక్కు చీదించింది.

కృష్ణ తులసి, అల్లం, వామాకు కలిపి జలుబు తగ్గించే కషాయం తయారుచేసే పనిలో ఉంది కార్తి.

ఇంటి గుమ్మం తొక్కగానే మూడు నాలుగుసార్లు గట్టిగా తుమ్మాడు మమ్ముటి. గుండె నిండా కఫంతో భోజనానికి వచ్చాడు. కళ్ళలో నుండి నీరు కారుతోంది. ఎర్రగా కందిపోయి వాచిపోయింది ముక్కు. కార్తి తయారుచేసే కషాయం కొంత తీసుకొని మమ్మటిని సమీపించింది ఆయేషా. ఏదో గొప్ప సంగతి అన్నట్లు ఆవేశంగా అంది, "పిల్లల జలుబుకి వదిన తయారుచేసిన మందు కొంచం తాగి చూడు నయమవుతుంది."

మమ్ముటి ముఖకవళికలు మారాయి. చూపుకు పదును పెరిగింది. ఏదో చెప్పడానికి ప్రయత్నించాడు. హఠాత్తుగా మొదలైన దగ్గు, తుమ్ముల ప్రవాహంవల్ల మాటలు విరిగిపోయాయి. అయినా ఆయేషా అందించిన మందుగిన్నె ఎడంచేత్తో గట్టిగా తోశాడు.

తల యెత్తి చూడగానే ఎదురుగా కనబడింది కార్తి. ఆమె కళ్ళలోంచి అగ్ని ప్రవహిస్తోంది. అన్నం ముందు కూర్చున్న అతడు కంచంలో చేతులు విదిలించి అక్కడి నుంచి గబగబా వెళ్ళిపోయాడు.

పండుగ రోజుల్లో ఆయేషా అత్తవారి ఇంటి నుంచి స్వీట్లతో వచ్చే అమీరు మమ్ముటికి తెలుసు. వాడితో సరదాగా మాట్లాడుతూ వుంటాడు. చిన్నవాడు కదా అని పండుగ రోజుల్లో కొంత డబ్బు ఇస్తూ వుంటాడు. అంతకుమించిన ప్రత్యేకత అంతవరకు అతని పట్ల అనిపించలేదు. చాలాదూరం నుంచి వచ్చే అతడు ఆయేషాకి చనిపోయిన భర్త మేనల్లుడు. సాయంత్రానికి ముందే ఆ కుర్రవాడ్ని ఇంటికి పంపడానికి తొందరపడుతూ వుంటుంది ఆయేషా. దారిలో ఆటలాడుతూ గడుపుతే చీకటై పోతుందేమో అనేది ఆమె భయం.

తినుబండారాల మూట మోస్తూ నిర్లక్ష్యంగా నడిచివచ్చిన అమీరును ఈసారి ఇంటికి వెళ్ళనివ్వలేదు మమ్ముటి. "వాడిని ఎందుకు సాయంత్రంలోగా పో, పో అని పంపుతావు. రెండు రోజులు ఉండనీ," మమ్ముటి అన్నాడు. క్రిందటిసారి వచ్చినప్పుడు కూడా వాడ్ని రెండు రోజులు ఉండమని చెప్పాడు మమ్ముటి. కాని ఇంటిలో వాళ్ళు కంగారుపడతారని చెప్పి వాడ్ని పంపేసింది ఆయేషా. వాడు బాగా చదవడని బాధ్యతా రహితంగా తిరుగుతూ వున్నాడని అతని తల్లిదండ్రులు బాధపడుతున్నారని ఆయేషా అన్నది.

అమాయకుడైన అమీర్ మెత్తదనం మత్తుమందులా పని చేసింది మమ్ముటిపై. కర్తవ్యరహితమైన ఒక స్వతంత్ర కవాటం తన ముందు తెరుచుకున్నట్లు తోచింది అతనికి.

అమీర్ ఇంటిలో వుండిపోయిన రోజు తొందరగా ఇల్లు చేరాడు మమ్ముటి. వాడి ఊరి విశేషాలు అడిగి తెలుసుకుంటూ కాసేపు హాలులో గడిపాడు. చీకటి పడగానే అమీర్ భుజం మీద చేయి వేసి అన్నాడు. "రా అమీర్, కాసేపు సముద్రం దగ్గరగా నడిచి వద్దాం."

సముద్రతీరంలో తడిసిన ఇసులో అమీర్‌తో నడిచే మమ్ముటి ఎందుకో ఆయాస పడ్డాడు. సూర్యాస్తమయమైనా మిగిలిన వెలుగు చుక్కల్లో వెన్నెల చిక్కదనం కలుస్తోంది. అమీర్ ఎర్రని పెదవులపైన బుగ్గలపైన కనబడిన ఆడతనపు మెత్తదనం మమ్ముటి కనిపెట్టాడు. చెప్పటానికి ఏది లేకపోయినా మమ్ముటి అతనితో ఏవేవో మాట్లాడుతూనే ఉన్నాడు.

అమీర్ చూపులు తన కళ్ళలో పడకపోవటం మమ్ముటికి ఊరట కలిగించింది. ఈమధ్యన కార్తి చూపులైనా తన కళ్ళలో సూటిగా పడితే దుర్భరంగా వుంటున్నాయి అతనికి.

కొంతదూరం నడిచాక అమీరును చీకటిగా వుండే నల్లటి నేల మీద కూర్చో పెట్టాడు. వాడి ఒడిలో తలపెట్టి పాదాలను కెరటాలకు నాకడానికి వదిలేశాడు. అమీర్ ఒడిలో పడుకుని వాడి కాళ్ళ నుండి బయలుదేరిన మధురరసం కోసం లోలోపలకి తలదూర్చాడు మమ్ముటి.

తనకు ఏం జరుగుతుందో అమీరుకు అర్థంకాలేదు. ఏమీ తెలియనట్లు దూరంగా సముద్రంలోకి దృష్టి పోనిచ్చి కూర్చున్న అమీర్ పెదవుల పైనా బుగ్గల పైనా మమ్ముటి ముఖం పచార్లు చేసింది.

చేయరాని పని ఏదో చేస్తున్నానని మమ్ముటికి హఠాత్తుగా అనిపించింది. వెంటనే ఒక అజేయమైన ఆవేశం అతన్ని ఆక్రమించింది. అమీర్ ఒంటిలో గుబురుగా ఎదిగిన రోమకూపాల్లో నుంచి అతని చేతులు పాకాయి.

ప్రకృతి తన సమస్త భావాలను కుదించుకుని సముద్రం ఒడ్డున పడుకుంది. మమ్ముటి ముఖమైనా చూసే ధైర్యం లేక అస్పష్టమైన ఒక అనుభూతితో వాడు వాగాడు. "పోదాం ఇంటికి వెళ్ళిపోదాం."

పూర్తిగా అపరిచితుల్లా ఒక మాటైనా మాట్లాడకుండా వాళ్ళిద్దరూ ఇంటికెళ్ళే ఇసుకదారుల్లో నడిచారు.

మరికొన్ని రోజులు కూడా అమీర్ అక్కడ ఉంటాడని మమ్ముటి చెప్పినప్పుడు మాట్లాడకుండా భావరహితంగా నిలబడ్డాడు వాడు. ఆ మాట చెప్పిన మమ్ముటి ముఖం వైపు కానీ అక్కడే వున్న ఆయేషా ముఖం వైపు కానీ వాడు చూడనైనా చూడలేదు.

దుకాణానికి త్వరగా తాళం వేసి ఇంటికి వెళ్ళాలనే పిచ్చి పట్టుకుంది మమ్మూటికి. ఇంటికి చేరగానే అమీర్ భుజం మీద చేయి వేసి సముద్రతీరంలోని చీకటి దగ్గరలోకి బయలుదేరేవాడు. ఆ క్షణాల కోసం కొట్టుకులాడేవాడు మమ్మూటి. సముద్రతీరంలో వెలుగు తగ్గే కొద్దీ మనసులోని తృష్ణ పడగ విప్పి బుస కొడుతుంది. మసక వెలుతురు యొక్క ఏకాంతంలో చెప్పలేని ఉన్మాదం ప్రారంభమవుతుంది. వెలివేయబడినదేదో వెతుకుతున్నాననే ఆలోచన ఆవేశానికి ఆజ్యం పోస్తుంది. అతనిలోని కామతృష్ణ శిఖరాగ్రానికి చేరి ఆ తర్వాత అక్కడి నుండి అలసి సొలసి జారిపోతుంది. అంతవరకు ఉజ్వలంగా వెలిగిన నక్షత్రాలు హఠాత్తుగా మమ్మూటి కళ్ళకు పాలినట్లు కనబడతాయి. ఏదో కంగారుతో, శుచిత్వరాహిత్యంతో అమీర్ కూడా బాధపడుతూ వుంటాడు.

వెంటనే తడి ఇసుక మీద నుండి ఎగిరి లేస్తారు ఇద్దరూ. చీకటిలో ఈది ఇంటికి వచ్చేటప్పుడు మమ్మూటి చేతులు అమీర్ భుజంమీద ఉండవు. ఏదో అసహ్యం అవహించి నట్లు అమీర్ నడిచే వైపు చూడడానికి కూడా ఇష్టపడేవాడు కాదు మమ్మూటి.

ఇసుకలో దొర్లి వచ్చే రూపాలతో మమ్మూటీ, అమీరూ నడిచి రావడం రెప్పవాల్చ కుండా చూస్తూ నిలబడింది కార్తి. కాళ్ళు కడగటం కోసం ఒక బిందె నీరు మెట్ల మీద తయారుగా వుంచింది. ఎంత కడుక్కున్నా కాళ్ళకు అంటుకున్న తడి ఇసుక పోలేదనే అసంతృప్తి వల్ల మమ్మూటి ముఖం మీద ముడతలు ప్రత్యక్షమైనాయి. కార్తి చూపుల నుంచి తప్పించుకొని గబగబా ఇంటి లోపలకి దూరాడు.

మమ్మూటి నుంచి చూపులు మరలించి అమీరుని దగ్గరకు రమ్మని పిలిచింది కార్తి. కొన్ని రోజులుగా అమీర్ పట్ల ప్రత్యేక శ్రద్ధ చూపిస్తోంది.

"అమీర్‌కు చా ఇచ్చావా, అన్నం పెట్టావా...?" అని ఆయేషాని అడుగుతూనే వున్నది.

అమీర్ దగ్గరకు రాగానే వాడ్ని నఖశిఖ పర్వంతం ఒకసారి చూసింది కార్తి. గొంతు పట్టుకొని నొక్కినప్పటి పిట్టలా వాడి కనుపాపలు కదిలాయి. నవ్వుల గాజు ముక్కలు ఒకటి రెండు కష్టపడి బయటికి విసిరింది కార్తి. ఆ తరవాత మెల్లగా మాటలు సాగతీస్తూ అడిగింది.

"అమీర్ కడలి ఒడ్డున ఎంతసేపు నడిచారు?" కాసేపు జవాబు చెప్పలేక పోయాడు. ఆ తరవాత అన్నాడు.

"లేదు మేం ఇసుక మీద ఊరకనే కూర్చుని వున్నాం." వాడు వికృతంగా నవ్వాడు.

"నీటికి దగ్గరగా కూర్చున్నారా మీరు, లేకపోతే దూరంగా కూర్చున్నారా?"

"అంత దగ్గరగా కూర్చోలేదు."

"పోనీ... నీటిలో నడిచారా?"

"అది... లేదు... లేదు... అలా కూర్చున్నాం అంతే."

"గాలి కోసం నడవటానికి వెళ్ళిన వారు ఊరకనే పైకి చూస్తూ కూర్చున్నారా?"

"సముద్రగాలికి ఎక్కువ తడి వుంది కదూ...?"

"తిరిగి వచ్చే పడవలేవైనా కనబడ్డాయా?"

"గాలి కోసం వచ్చిన వారు వేరెవ్వరున్నారు?"

కార్తి నుంచి ప్రశ్నల ప్రవాహం ముందుకు దూకింది.

ఏం అడిగినా ఎన్ని ప్రశ్నలు వేసినా, అంతులేని అస్వస్థతకిలోనైంది ఆమె. తలా తోకాలేని సమాధానాలు ఇచ్చే అమీరుని పట్టించుకోలేదు. వాడి సమాధానాలలో కాదు తన ప్రశ్నల్లోనే ఆమె ఆవేశం. కెరటాల అన్వేషణలా మనసుని పగలగొట్టేవి అవి.

పడకగదిలో ఉత్సాహరాహిత్యపు పొగమంచు వ్యాపించి వుంది. చలికి గడ్డకట్టిన నిద్రయొక్క కంబళిలో ముడుచుకు పడుకున్నాడు మమ్మటి. ప్రేమ యొక్క వెచ్చదనంతో అతన్ని వెచ్చబెట్టడానికి కార్తి చాలా ప్రయత్నించింది. కాని కుదరలేదు.

చివరికి మమతాకుసుమాలు మాతృత్వపు శోభతో పునర్జన్మ యెత్తాయి. వాత్సల్య పూర్వకంగా అతన్ని కదపకుండా పడుకోబెట్టింది. మెడదాకా దుప్పటి కప్పింది. అడ్డ దిడ్డంగా పడి వున్న కాళ్ళుచేతులు తీసి సరిగా పడుకోబెట్టింది. మంచం చివర ఒక వైపు తిరిగి పడుకొని రక్షణ దుర్గం కట్టింది. మమ్మటి తన వద్దనే వున్నాడని ఖాయం చేయడం కోసం అన్నట్లు ఆ రాత్రి నిద్రపోకుండా గడిపింది.

*

15

మేలేప్పురం తరవాడు అగ్నికి గురైన శ్మశాన సదృశంగా మారింది. కనబడినవన్నీ మాడిమసైనవే. పన్నిపరంబు గుండెలో నుంచి పొగ తెరలు వస్తూనే వున్నాయి. ఒక కొత్త చితి నుంచి ఎగిరే వెచ్చని మరీచికలు, అన్నిటిని అదుపుచేసిన ప్రళయాగ్ని ముగిసినట్లు.

మర్రాకుపై ప్రాణంలా కొత్త శాంతితో శంకుమీనోన్ మాత్రం ప్రతి మూలలోకి ప్రవహించాడు. శతాబ్దాలు చూసిన పనసచెట్టు వద్దకి వెళ్ళి చూసాడు. సరిహద్దు గోడ వారగా వుండే గన్నేరుని దర్శించాడు. సర్ప గుడిలోని పుట్టలకు నమస్కరించాడు. దేవుడి సాన్నిధ్యముందని అనుకునే ప్రతి రాయికు మొక్కాడు. చివరికి దేవుడు గదిలోకి వెళ్ళి ఇలవేల్పు అమ్మవారికి సాష్టాంగ నమస్కారం చేశాడు.

ఒక అనుష్ఠానంలా ఇదంతా చేసేటప్పుడు ఆసక్తి రహితమైన భద్రత అతని ముఖానికి మరింత వెలుగునిచ్చింది. మమకారాల తాళ్ళు కదపటం వల్ల శరీర చలనాలు వికృతం కాలేదు.

చివరికి అన్నిటికి వీడ్కోలు పలికి ఇంటి బయటికి వచ్చాడు. కట్టుబట్టలతో శూన్యహస్తాలతో ఇంటి గేటు దాటాడు. తిరిగి చూడాలనే ఆలోచనయే కలగలేదు. పొలం గట్టు మీదుగా గబగబా నడిచాడు. దుర్భరమైన ఎండల తరవాత వానమబ్బులు ఆట కోసం ఆకాశాన తయారవుతున్నాయి.

పెరిగిన బాటలు, పీల్చే గాలి, కనబడే ఆకాశం అన్ని ఒకే ఏకత్వంలో మునిగి అతనికి దర్శనమిచ్చాయి. ఆ ఉదాత్త దృశ్యంతో అతని ముఖకమలం మళ్ళీ మళ్ళీ వెలిగింది.

శంకుమీనోన్ ఇప్పుడు గులకరాళ్ళ కొండ కాదు; అడ్డుతగిలే మెట్టుకాదు. ప్రపంచేశ్వరి యొక్క స్తనయుగ్మం- గర్జించే తూరుపుగాలి ప్రవాహం కాదు, ఓంకార ధ్వనుల మంత్ర స్రోతస్సు- లోన పెరిగే శక్తి గర్భం వల్ల ధన్యుడై పరమానందంతో యోజనాల యోజనాల దూరం దాటుతున్నాడు.

తూరుపుకొండల్లో వాన పడినట్లుంది. కరిమబ్బుల దళాల్లో నుంచి నల్లని మబ్బులు ఆకాశాన్ని రాసుకుంటూ క్రిందకు దిగుతున్నాయి. నది దగ్గరకు వెళ్ళినకొద్దీ చలి తాళ్ళు నరాలను వల వేసి కట్టాయి. వికసించిన నాసిక ద్వారా నదిలోని చలినంతా ఆవహించుకున్నాడు శంకుమీనోన్. నది ఒడ్డున వుండే దుర్గాక్షేత్రాన్ని సమీపించగానే నడక వేగం తగ్గించి ప్రార్థించాడు.

"తల్లీ మహామాయా..."

ఒక పిలుపే పిలవవలసి వచ్చింది. ఒక చూపే చూడవలసి వచ్చింది. చూసేవాటి లోనూ వినేవాటిలోనూ ఆమె సాన్నిధ్యం ఉందని తెలిసిన శంకుమీనోన్‌కి అక్కడ ఆగ వలసిన అవసరం అనిపించలేదు.

కొండ మీద వాన పడినట్లు ప్రత్యేకంగా తెలుస్తోంది. భారతప్పుళ నిండుగా ప్రవహిస్తోంది. చెత్త చెదారం నిండిన నీళ్ళు ఎండాకాలం యొక్క పై పొర తొలకరి వానలో కొట్టుకుపోతోంది.

ప్రయాణం కొనసాగించాలంటే నది దాటడం తప్పదు. ఏ కారణంవల్లనైనా దారి మళ్ళకూడదు. బలపరీక్షల సందర్భాల్లో శక్తిని నిరూపించవలసినదే. హృదయంలో ఒడ్డు దాటి ప్రవహించే ఆత్మీయ సరస్సునూ, అడ్డుగా తగిలే భౌతిక సరస్సునూ బేరీజు వేసి చూసినప్పుడు మీనోన్‌కి ఆశ్చర్యం కలిగింది. చూపులు క్రిందకు దించగానే గుడి గమ్మం వద్ద కూర్చుని వున్న సన్యాసి తనను కళ్ళతో ఆహ్వానిస్తున్నాడని తోచింది అతనికి. యాంత్రికంగా అతని వైపు నడిచాడు. అలాంటి వ్యక్తిని అంతవరకు అక్కడ చూడలేదనే ఆలోచన రాగానే ఆగాడు.

ఎవ్వరైతే ఏమిటి? అన్ని విభేదాలనూ దాటే యాత్ర కదా ఇది!

చేతులు జోడించి నిలబడిన మీనోన్ వద్దకు సాగాయి సన్యాసి చేతులు. అనుగ్రహ ముద్రలో వున్న చేతులు మెల్లగా అతని కుడి చేతులను వెతికి పట్టుకున్నాయి. ఒక చిరునవ్వుతో అతను మీనోన్ చేతిలో ఏదో ఒకదాన్ని పెట్టాడు. మీనోన్ చేతివ్రేళ్ళను

ఒకొక్కటిగా ముడిచి సన్యాసి స్వయంగా మీనోన్ చేతులోని వస్తువు మూసాడు. స్థిరంగా నిలిచిన అతని చిరునవ్వు భారతప్పుళకన్నా ఎక్కువ రహస్యాలను దాస్తున్నట్లు అనిపించింది. పెదవులపై నుంచే కాదు నుదుటి నుంచి, వక్షస్థలం నుంచి కాళ్ళవ్రేళ్ళ నుంచి కూడా ఆ ఆనంద మందహాసం ప్రవహిస్తోంది.

మరోసారి చూసినప్పుడు సన్యాసి తన సహజసిద్ధమైన ధ్యానలోకంలో నిమగ్నమైనట్లు కనిపించాడు. బిగించిన అరిచేతుల్లో అపారమైన శక్తిని అనుభవించి పులకించిపోయాడు శంకుమీనోన్. భాషా, మాటలు లేని అర్థసూచికలు బుర్రలో విషయం మంత్రించాయి. ప్రయాణం కోసం ఇచ్చిన రక్షయే చేతిలో వున్నదని అతనికి అర్థమైంది.

సుడులు తిరిగి ప్రవహించే భారతప్పుళని ధైర్యంగా సమీపించాడు మీనోన్. ఒడ్డు నుంచి జలస్ఫటికంలోకి జంకకుండా పాదం మోపాడు. గట్టిపడిన తెల్లకంబళిలా అతని కాళ్ళను మోసింది నది. ఆ తరవాత తడబడని అడుగులతో నది మీద నడిచి వెళ్ళాడు.

మూడొంతులు నది దాటగానే మీనోన్‌కి అనుమానం కలిగింది. తను చేసే పని ఏంటి? తన అరిచేతులు తెరిచి అందులో వున్న దివ్య వస్తువు ఏమిటని చూసాడు– రెండు మూడు తులసి రెమ్మలు మాత్రమే!

ఒక నిమిషం– ఓంకార ధ్వనులుగా వుండే చిరుగాలి వెంటనే వాయు ప్రవాహమైంది. ప్రపంచేశ్వరి యొక్క స్తనయుగ్మాలైన గులకరాళ్ళ కొండలు వుత్త మట్టిరాళ్ళుగా మారాయి. పాదాల క్రింద పడి వున్న గట్టి కంబళం వుత్త నీరైంది.

చెత్తాచెదారంతో ప్రవహించే నీటిలో మునిగిపోయాడు అతడు. ముక్కులోకీ చెవుల్లోకీ నీరు వెళ్ళింది. కాళ్ళూచేతులు కొట్టుకున్నాయి. ఎలాగోలా ఒడ్డుకు చేరుకున్నాడు. గుండె మీద, ముఖం మీద అంటుకున్న చెత్తాచెదారం తుడుచుకున్నాడు. సత్యం యొక్క ముఖాలకు ఎంత భావవైరుధ్యం! సత్యాసత్యాల గురించి, ధర్మాధర్మాల గురించి అతనికి ఎప్పుడూ వుండే అనుమానాలను చిత్రాలుగా మనసులో వీక్షించి శంకుమీనోన్ నవ్వుకున్నాడు. కొత్త కాంతికిరణాలు అతని ఆత్మలో వెలుగు వర్షించాయి.

"ఏమిటయ్యగారూ... నదిలో మునిగారా?" దారిలో పోయేవాడొకడు పలకరించాడు.

"లేదు సోదరా, సందేహంలో మునిగాను," జవాబిచ్చాడు మీనోన్.

*

ఎల్.ఆర్. స్వామి

16

పొన్నానిలో వీచే ఉప్పుగాలిలోని సుగంధం ఆస్వాదించి మత్తెక్కుతోంది కార్తికి. ఈమధ్య ఒక మైనాలా హాలులోనూ కిటికి వద్ద తచ్చాడుతోంది. జ్ఞాపకాల్లో అమృతం కురిపించే సుగంధాన్ని హృదయం ఆవహించినప్పుడు రొమ్ములు ముందుకు సాగాయి. మెడ గుండెను కలిపే చోటు అందమైన ఒక వొంపు ఏర్పడింది. అంతవరకు పీల్చిన పొన్నాని గంధం ఎంతో దుర్భరంగా వుండేదని తోచింది. గుర్తున్న రోజుల్లో నుంచి విరిసిరాలిన పువ్వులన్నీ మళ్ళీ వికసించినట్లు అనిపించింది.

ఒక కాషాయ వస్త్రధారి ఇంటి గేటు దాటి వచ్చాడు.

శంకు మామయ్య!

బుగ్గల పై చివర నుంచి ప్రవహించే గడ్డం, మెరిసే బట్టతల చుట్టూ నెరిసిన జుట్టు, పెదవులపై విరిసిన మందహాసం– గుబురుగా ఎదిగిన ఆ రోమాల మధ్య నుండి ఆ మందహాసాన్ని పోల్చుకోవడం కష్టం.

కార్తి గుండెలో ఏదో నిండి ప్రవహించింది. ప్రపంచం మొత్తం ప్రసవించే పిల్లలందరికి కావల్సిన స్నేహం తన గుండెలో ఉందని తోచింది ఆమెకు.

ఏ సంకోచమూ లేకుండా హాలులోకి అడుగుపెట్టాడు శంకుమీనోన్. సర్వ స్వతంత్ర భావం అతని కదలికల్లో కనబడింది. హాలులోకి తొంగి చూసిన ఆయేషానూ పిల్లలనూ పోల్చుకోలేదు అతడు. వాత్సల్యపూర్వకంగా కార్తి తల

నిమిరాడు అతడు. కనురెప్పలపై వుండే సరస్సుల ఆనకట్ట పగిలింది. కార్తి అయితే ఒక జలప్రవాహంగా మారింది. ఆమె ఏడ్చి ఎన్నో ఏళ్ళయినాయి. చిన్నప్పుడు మామయ్య కావాలని మొండి కెత్తినప్పటి నుండి దాచినవి ఆమె కన్నీటి గ్రంథుల్లో వున్నాయి. మధ్యమధ్య ఋతు పవనాలుగా అవి కురుస్తూనే వున్నాయి.

తన పాదాల క్రింద ఒక గంగానది ప్రవహిస్తుందని తెలిసినా శంకుమీనోన్ శంకరుడిలా నిస్సంగుడై కనురెప్పలు వాల్చకుండా నిలబడ్డాడు. చలించకూడదు. మనసు చలించకూడదు.

భారతప్పుళ నది సుడులు తిరుగుతూ ఒక్క నిమిషంలో వెండి కంబళిగా మారటం, మళ్ళీ బురదనీరుగా మారడం గుర్తుంచుకొని సత్యం యొక్క వాస్తవరాహిత్యం గురించి ఆలోచించి స్వస్థత కొరకు వెతికాడు.

"తల్లీ తప్పనివాటి పై నుంచి ఈదటానికి ప్రయత్నించు. ఏడ్చే అలవాటు నీకు లేదుగా..."?

వేదాంత ధోరణిలోని మాటలు ఆపేదికాదు ఆమెలోని తుఫాన్ అని, అది వర్షించే తగ్గాలని శంకుమీనోన్ తెలుసు. అందువల్ల సొల్లుమాటలు పలికినందుకు బాధపడ్డారు. ఆమె బాధ పూర్తిగా సహజం. సందేహపు ముసుగు కానీ కృత్రిమఛాయలు కానీ దానికి లేవు. తప్పు ఒప్పుల బలపరీక్షలో నలిగిపోయేదికాదు. ఏడవాలని అనుకున్నప్పుడు ఏడవడం, స్నేహించాలని అనుకున్నప్పుడు స్నేహించడం, కామించాలని అనుకున్నప్పుడు మనస్ఫూర్తిగా కామించడం ఆమెకి సాధ్యమే! ఆమెకి ఆ ధైర్యం వుంది.

కన్నీరుతో తయారుచేయబడిన ఒక కొలను మధ్య ఎత్తుగా కూర్చున్నారు శంకు మీనోన్ మరియు కార్తి. ఆమె ముఖం మీద హఠాత్తుగా సూర్యోదయమైంది. తను బాష్పీకరించిన కరిమబ్బులే ఇంతవరకు కురిశాయనే భావం కలగలేదు. బాధారహిత ముఖంతో ఆమె వెలిగింది. 'జీవితం గురించిన సందేహాలు లేకుండా బ్రతికి చనిపోయిన వారు ఎంత అదృష్టవంతులు!' కార్తి ముఖం చూస్తూ శంకుమీనోన్ మనసులో అనుకున్నాడు. గొంతు తగ్గించి అడిగాడు

"తల్లీ నువ్వు ఎలా ఉన్నావు?..."

కార్తి జవాబు చెప్పలేదు. విరిసిన ఆమె ముఖం మరీ ఎర్రబడింది.

"చూడు తల్లీ, నాలో ఏమైనా మార్పు ఉందా?"

"ఉంది."

తన ముఖం మీదనే తదేకంగా చూసే మేనకోడలు కళ్ళలో అతడు తనను వెతికాడు.

"కార్తి ఏమైనా మారిందా? శంకుమామయ్యగా చెప్పు?" కార్తి ప్రశాంతంగానే అడిగింది కానీ. ఆ ప్రశ్న తాలూకు లోతు స్పర్శించాడు అతడు. కార్తి మమకారమూ ఎవ్వరికీ జంకని స్వభావమూ అలాగే వున్నాయి. ఆమె నుండి విడిపోయాక ఎన్నిసార్లు పునర్ నిర్మించుకోలేదు శంకుమీనోన్. అయినా అప్పుడప్పుడు వేదాంతపు కండువాలు జారిపడి నగ్నుడవుతున్నాడు.

మేనకోడలూ మామయ్య ఇంటి వాకిటిలోకి దిగారు. కుప్పగా పోసిన కృష్ణ శిలాఖండాలవైపు ముఖం తిప్పి కూర్చున్నారు. దూసుకువచ్చిన సముద్రగాలికి కూడా తగ్గని వేడి వాళ్ళలో స్వేదబిందువుల ముత్యాలుగా కనబడ్డాయి. గాలి చేతికి స్వేద బిందువులు సమర్పించి చల్లదనపు ముంతలు వాళ్ళు కొనుక్కున్నారు.

వచ్చినతను ఎవరని తెలుసుకోవటం కోసం ఆరుసార్లు ఆయేషా గుమ్మం వద్దకు వచ్చి పర్దా కొద్దిగా తొలిగించి తొంగి చూసింది. వారి మాటల మధ్య దూరడానికి ధైర్యం లేక ప్రతిసారి వెనక్కు వచ్చింది.

ప్రశ్నల వర్షంతో ఊపిరి సలపనివ్వని బాలికలా ప్రవర్తించింది కార్తి. ఏ ఒకటి విడిచిపెట్టకుండా ఆమెకి ప్రతీది తెలియాలి. మేలేప్పురం తరవాడులో ఆ ఏడాది కాసిన పనసకాయల సంఖ్య– నేరేడు చెట్టు నుండి రాలిన నేరేడుపండ్ల రుచి– పిల్లిపిల్లల్లో కాలు విరిగిన అల్లరి పిల్లిపిల్ల ఎలా ఉంది? అలా అలా...

జీవితానుభవాలవల్ల ఏర్పడిన పక్వతని దూరంగా నెట్టేసి బాల్యకాలపు అల్లరి దారుల్లోకి ప్రయత్నపూర్వకంగా పరిగెత్తి దాక్కుంది కార్తి. గుండె సవ్వడి బయటికి వచ్చినట్లు ముందు అడిగింది తల్లి గురించే.

కొద్దిగా నిష్క్రమించిన స్వేద బిందువులు మళ్ళీ ప్రత్యక్షమైనాయి శంకుమీనోన్ ఒంటిలో. సముద్రపు సుదూరప్రాంతంలోకి జారింది అతని దృష్టి. సముద్రం కన్నా లోతైన జలవిస్తృతి ఆ దృష్టిలో కనబడింది.

తన ప్రశ్న యొక్క డొల్లతనం తెలుసుకుంది కార్తి. గుండెలో ఒక విస్ఫోటనం జరిగినట్లు తోచింది. అమ్మ గురించి, అమ్మమ్మ గురించి అడగటం వెంటనే మానేసింది. మౌనపు ప్రసారాఘాతం ఆస్తుల దాక దూసుకెళ్ళినప్పుడు విషయం మార్చింది. ఆ తరవాత ప్రశ్నలు పనసచెట్టు గురించీ పిల్లుల గురించీ...

మెలుకువ వచ్చిన తరవాత ఏరుకునే కలల శకలంలాంటిది శంకమీనోన్ సాన్నిధ్యమని అనిపించింది కార్తికి. ఏ నిమిషంలోనైనా అది ఆవిరి కావచ్చు. మామయ్యతో మాట్లాడే మరో సందర్భం బహుశ ఇక బ్రతుకులో దొరకకపోవచ్చు.

"అవును, మన పార్వతి మనవడు ఎలా ఉన్నాడు? రసాల చెట్టెక్కి ఇంకా మామిడి కాయలు దొంగిలిస్తున్నాడా?"

శంకు మామయ్య మాట్లాడుతూ వుంటే గడ్డం క్రింద ప్రత్యక్షమయ్యే సుడి గమనిస్తూ కార్తి అడిగింది.

"వాడు ఇక దొంగతనం చేయనక్కరలేదుకదా ? రసాలు చెట్టు వుండే భాగం ఇప్పుడు పార్వతిది కదా. పడమటి భాగమంతా వేలాయుధానికీ పిల్లలకీ. 'పంది పరంబు' క్రింద భాగం కోతకీ కాళికీ.. మొత్తం వ్రాసేశానుగా."

సంతృప్తిగా నవ్వుతూ మాట ఆపినప్పుడు శంకుమీనోన్ కళ్ళలో ఒక సినిమాలా దృశ్యాలు కదిలాయి. కౌలుదారులూ పనివాళ్ళూ కలిసి ఒక సైన్యమంత జనం మేలేప్పురం తరవాడలో నిలబడి వున్నారు. ఆస్తిపాస్తులు పంచి ఇవ్వడానికి ఇంటి పెద్దవాళ్లను పిలిచారు. మేలేప్పురం తరవాడులో శవాన్ని మోయటానికి వచ్చిన వారి ముఖాల్లా కనబడ్డాయి వారి ముఖాలు.

"కౌలు భూమి ఉంచుకోవాలని అనుకుంటున్నవారు ఇటువైపు రెండి. ఈరోజు నుంచి మీరు కౌలు చెల్లించనక్కరలేదు. భూమి మీదే," మీనోన్ ప్రకటించాడు.

"ఇక వేలాయుధం పిల్లలు, పార్వతి కోత, కాళి అందరూ నాతో రండి, మీ ఒకొక్కరికి భూమి కేటాయిస్తాను అందరి ఎదుట- ఆ తరవాత తగాదాలు రాకూడదు," మళ్ళీ ప్రకటించాడు అతడు. ప్రతిసారి ప్రకటించిన తరవాత అతడు తనలో తనే ఏవో గొణుగుకున్నాడు. ఏవేవో సైగలు చేశాడు.

మాంత్రికుడు బూరా ఊదినప్పుడు అతన్ని అనుసరించే ఎలుకల్లా వారు మీనోన్ని అనుసరించారు. ఏదో ప్రమాదాన్ని ప్రతీక్షించడం వల్ల కాబోలు అందరూ గొంతు తగ్గించి ఏడుస్తూనే వున్నారు. ఏడుపు స్థాయి పెరగగానే మీనోన్ తిరిగి చూసి తిట్టారు.

వెంటనే కొంత తగ్గినా మళ్ళీ పై స్థాయికి చేరుకునేది.

"పిల్లికీ పిల్లిపిల్లలకూ వేలాయుధం అన్నం పెడతాడు కదూ...?"

"పెడతాడమ్మా."

ఏదీ ఆలోచించకుండా వుండడం కోసం మనసుని ఊది దూరం చేసింది కార్తి. సునాయాసంగా అందంగా మామయ్య పెదవులు రాల్చే మాటలు చూడటం కోసం- మనసు నవ్వినప్పుడు కళ్ళలో వెలిగే దీపాలు చూడడం కోసం ఏవో మాట్లాడాలని తోచింది కార్తికి. కానీ మాటల్ని ఏ దిశలోకి తిప్పాలి? ఎక్కడ ముట్టుకున్నా ఆరని గాయాలు- రసి కారే వ్రణాలు- ఏ విషయం గురించి మాట్లాడాలో తెలియక కాసేపు మౌనంగా ఉండిపోయింది.

కొంత విరామం దొరకగానే ఏదో చెప్పాలని కొట్టుకుంది శంకుమీనోన్ మనసు. కానీ చెప్పడానికి తన భాషా, శక్తీ సరిపోదని తోచింది అతనికి. అయినా గాయపడిన మాటలతో కష్టమైన కాన్పులా విషయం బయటికి వచ్చింది.

"తల్లీ అది చూడు."

చీకటి కమ్ముకు వచ్చే ఆకాశంలోకి చూపిస్తూ అన్నాడు శంకుమీనోన్.

"అది ఒక నక్షత్రం కదూ?"

"కాదు. అది మీ అమ్మమ్మ. అలా నక్షత్రంగా మారాలని అమ్మమ్మ ఎంత ఆశించిందో తెలుసా...? ఎన్నో సంవత్సరాలు బోధరహితంగా పడి వుంది. చివరికి మీ అమ్మ కూడా పోయాక సేవ చేయడానికి నేనొక్కడినే మిగిలాను. అప్పటి నుంచి అమ్మమ్మ మనసు నన్ను మౌనంగా బలవంతం చేయటం మొదలుపెట్టింది. నన్ను విడిచిపెట్టు నన్ను విడిచిపెట్టు అని వెంటపడింది. నేనేం చేయగలను?"

"తగిన శుశ్రూషలు చేశాను. మూడుపూటలా గంజి తాగించాను. నీరు తాగించాను. ఉచ్చగుడ్డ మార్చాను. అయినా ఒక రోజు నేను నిద్రపోతున్నప్పుడు నా తల వద్దకు వచ్చి నిలబడింది. అంతిమ నిర్దేశాలలా ఏవో కొన్ని మంత్రించింది. కొంత నాకు అర్థమైంది."

కొంతసేపు మౌనంగా కూర్చున్నాడు. అతడు తన భాషవ్యాకరణం కోల్పోయాడు. కథ వినే బదులు చూడటం మొదలుపెట్టింది కార్తి.

చలి, చీకటి కలిసి మథించే సమయం మేలేప్పురం తరవాడులో ఉత్తరం వైపు గదిలో ఒక పందిరిమంచం మీద పడుకొని వుంది అమ్మమ్మ. నాసికనూ, ఆత్మనూ బంధించే ఒకే ఒక ఊపిరి తీగపై ఆడుతోంది.

ఉచ్ఛ్వాసంతో పాటు బయటికిపోవడానికి విశ్వప్రయత్నం చేస్తోంది ప్రాణం. భౌతిక నియమాలు మళ్ళీ మళ్ళీ అడ్డు తగులుతున్నాయి.

ఇచ్ఛకీ, వస్తువుకీ మధ్య జరిగే నిరంతర సంఘర్షణ ఆవరిస్తోంది. ఈ ఆటుపోటులో ఆమె కష్టం తీరితే... సంవత్సరాలుగా అది చూసి నిలబడిన మంచం కోళ్ళకు కూడా అలా అనిపించింది.

ఒక చిన్న మామిడిచెట్టు నరికి ముక్కలు చేసినందువల్ల చెమటతో తడిసి వున్నాడు శంకుమీనోన్. చెమట తగ్గకుండానే ఏటిలో మునిగి వచ్చాడు. తడిబట్టతో గోచి కట్టుకొని రామనామాలు జపిస్తూ శవం మొయ్యటానికి తయారైనాడు. చేతిలో ఒక కొమ్ము చెంబుతో మనిషియంత పెద్ద అరిటాకొకటి వాడ్చి హాలులో పరిచాడు. ఊదొత్తి వెలిగించి అరిటాకు చివర గుచ్చాడు. ధాన్యం, బియ్యం కలిపి ఒకవైపు పోశాడు. శవం మీద కప్పడానికి పట్టుబట్ట కూడా సగం విప్పి తయారుచేశాడు. నేతి దీపాలు వెలిగించి వుంచాడు.

అప్పుడు కూడా అమ్మమ్మ కష్టంగా ఊపిరి పీలుస్తూనే ఉంది. ఇదిగో నేను వచ్చేస్తున్నాను అన్నట్లు తెరిచిన హస్తాలతో శంకుమీనోన్ గదిలోకి ప్రవేశించాడు. తయారవ్వని ప్రయాణీకుడు కోసం ఎదురుచూసి నిలబడే రిక్షావాడిలా నించున్నాడు. అనుమానాల పీకముళ్ళలో మనసు ఇరుక్కుపోకుండా జాగ్రత్తపడ్డాడు. తన బాహువుల్లోకి అమ్మమ్మను ఎత్తుకున్నప్పుడు ఆమె ఊపిరి ఆగిపోయే ఉంది. ఇహలోకపు జ్ఞాపకంలో చిరు వెచ్చదనం గుండెలోనూ ముఖం మీదనూ మిగిలి వుండింది.

శూన్య హృదయంతో అమ్మమ్మ శవాన్ని స్వీకరించాడు శంకుమీనోన్. తరవాత జరగవలసినదంతా జరగవలసినట్లు చేశాడు. శవాన్ని పట్టుబట్టతో కప్పాడు. వాడ్చిన అరిటాకు పొడుగు సరిగా సరిపోయింది. మామిడి కొమ్మలు పూర్తిగా కాలక ముందే శవం పూర్తిగా కాలింది. ఒక హోమం తరువాత వుండే ప్రశాంత వాతావరణం ఏర్పడింది. దుర్గంధం రావడం కానీ, నాసికలకు ఇబ్బంది కలగడం కానీ జరగలేదు.

చితిమండుతూ వుంటే ఆకాశాన విరిసిన కొత్త నక్షత్రం వైపు మళ్ళింది శంకు మీనోన్ చూపు. అమ్మమ్మ సాధించిన జీవిత సాఫల్యం గురించి ఆనందించాడు. కొబ్బరి చెట్ల కన్నా పైకి ఎగిరిన అగ్ని విస్ఫులింగాలు ఆ నక్షత్రానికి ఎర్రదనాన్నిచ్చాయి.

అమ్మమ్మ చివరి రోజుల గురించిన మాటలు ముగిసాయి; కార్తీ శంకుమీనోన్‌లు శిలల్లా ఉండిపోయారు. సముద్రపు గాలి కూడా కాసేపు కదలలేదు. ఒకరి ఉచ్ఛ్వాస నిశ్వాసాలు మరొక్కరు పీల్చేటంత నిశ్చలత నిండింది వాళ్ళ మధ్య. కార్తి తన పొడుగైన తెల్ల మెడ పైకి లేపి చూసింది. శంకుమీనోన్ చూపించిన చిరునక్షత్రానికి ఇప్పుడు ఎర్రదనం సంక్రమించినట్లు ఆమెకు తోచింది.

శంకుమీనోన్ లేచాడు. కార్తికి అడగటానికి ఏమి మిగలలేదు. ఈ జన్మలో వాళ్ళ మధ్య వుండే మాటలు పూర్తిగా ఎండిపోయాయని అనిపించింది శంకుమీనోన్‌కి.

పెదవులు పెగలకపోయినా కళ్ళతో వీడ్కోలు లిఖితమైంది. కనురెప్పలు క్రిందకి వాల్చి శంకుమీనోన్ బయలుదేరాడు. పంచేంద్రియాలూ బంధింపబడిన కార్తి అలా నిలబడింది.

తను వీడ్కోలు తీసుకున్నప్పుడు కార్తికి కొంత బాధ కలిగిందనేది అతనికి దుఃఖాన్ని కాదు ఒక రకమైన సంతృప్తిని ఇచ్చింది.

*

ఎల్.ఆర్. స్వామి

17

రెండు రోజుల్లో తిరిగివస్తానని చెప్పి అమీర్ ఇంటికి వెళ్ళాడు. మూడు రోజులైనా రాలేదు. ఒకసారి అమీర్ ఇంటికి వెళ్ళివస్తే బాగుంటుందా అని ఆలోచించాడు మమ్ముటి. కానీ వెళ్ళలేదు. అప్పటిలో ఊరిలో అతని పట్ల వుండే అభిప్రాయాన్ని బట్టి ఏ ఇంటికి వెళ్ళాలన్నా అతనికి సంకోచం- జంకు- అమీర్ తండ్రితో మమ్ముటికి మంచి మైత్రి ఉండేది. గోదాంలో పనికి అమీర్ సహాయం కావాలని ఎవ్వరికైనా ఒక చీటి ఇచ్చి పంపుతే బాగుంటుందా అని కూడా ఆలోచించాడు. కానీ దానికీ ధైర్యం చాలలేదు.

సంధ్య దాటి చీకటి చిక్కబడగానే అమీర్ లేని బాధ మమ్ముటిని తొలిచి వేసింది. నిజంగా వాడి మీద స్నేహం కానీ బలహీనత కానీ అనిపించలేదు అప్పుడు. తిరిగి రాలేదనే కోపమే ఎక్కువ- వాడ్ని కలవాలనే పచ్చి ఆకర్షణ.

సముద్రతీరంలోని తడి ఇసుకను మమ్ముటి ఉండలు చేశాడు; ఆ తరవాత ఉండలను పగులగొట్టాడు. నక్షత్రాలు నిండిన ఆకాశం అతన్ని సమ్మోహనంగా చూసి నవ్వింది. అందమైన ప్రకృతిని ఒక నిమిషం చూసి నిలబడిన మమ్ముటికి హఠాత్తుగా క్షోభ కలిగింది. 'అయ్యో ఏ ఇబిలీసు (దయ్యం) ఈ పిచ్చి ఎక్కించాడు నా బుర్రలో. నా వల్ల కాదు నేను ఆపు కోలేకపోతున్నాను.'

అప్పుడు తను తాకే ఇసుకలా, పీల్చే గాలిలా, గుండె సవ్వడిలా అమీర్ పట్ల ఆకర్షణా అని తెలుసుకుంటున్నాడు.

అతడు భీకర గొంతుతో అన్నాడు కాని సముద్రపు గాలి దాన్ని మడిచి ఆకాశ నిశ్శబ్దంలోకి విసిరి పారేసింది. చుట్టూ ఆవరించిన వాతావరణంలోనూ ఎదుట బుర్ర బాదుకునే కెరటాల్లోనూ కన్ను కొట్టే నక్షత్రాలలోనూ ఏదో వెలితి అనిపించింది అతనికి.

"ఇవి ఇలా ఉండవలసినవి కావు. అన్నిటిలోనూ వైరుధ్యాలున్నాయి. మానవునికి ప్రకృతితో వుండే సంబంధాలు ఇంతకన్నా మనోహరంగా వుండవచ్చు. నా మనసూ ఊరివాళ్ళ మనసులు ఇంతకన్నా బాగుండవలసింది. కార్తిని సాహిసించి పెళ్ళి చేసుకున్నందుకు నాకు అందవలసిన బహుమతి ఇది కాదు," మమ్ముటి అనుకున్నాడు. మానవుడు నిర్మించే విలువలను ప్రకృతి నియమాలు వెక్కిరిస్తూ నవ్వుతున్నాయి.

ఆనాటి రాత్రి సంఘర్షణాభరితంగా గడిచింది. కామపు పనులు ఇంత పదునుగా ఉంటాయని అంతవరకు మమ్ముటికి తెలియదు. అమీర్ గుర్తు వచ్చినప్పుడు మనసులో రేగిన కామాగ్ని, వెంటనే వాడు రాలేదనే కోపంగా మారింది.

అర్ధరాత్రి నిద్రపోకుండా పచార్లు చేసే ముమ్మటిని సమీపించి అతని చేతులు అందుకుంది కార్తి.

'వద్దు వద్దు," మమ్ముటి తన చేతుల్ని విదిలించుకొని అన్నాడు. మెలమెల్లగా చేతులు వదిలింది కార్తి.

మబ్బుతునకలు చెల్లాచెదురుగా పడి వుండే ఆకాశం నుండి పుసి నిండిన కళ్ళతో ప్రభాతం లేచి వచ్చింది. ప్రభాతంతో పాటు అమీర్ కూడా వచ్చాడు. గత రాత్రి తాలూకు నీడలు మోస్తూ బీరాన్ కూడా ఇల్లు చేరాడు. శారీరకంగానూ మానసికంగానూ బాగా అలసిపోయాడని బీరాన్ ముఖం చూస్తేనే తెలుస్తుంది.

నిద్రలేచిన మమ్ముటి తన కళ్ళను నమ్మలేకపోయాడు. ఒకవైపు అమీర్, మరో వైపు బీరాన్. అమీర్ కనబడగానే మమ్ముటి గుండెలో గుర్రపుడెక్కల సవ్వడి మొదలైంది. తడి ఇసుకలో చీకటి తెరల వెనుకే అవి ఇక ఆగేవి.

ఏదో హడావిడిలో వున్నాడు బీరాన్. కడిగిన ముఖం వత్తుకోవడానికి కూడా మమ్ముటికి సమయం ఇవ్వలేదు అతడు.

"ఒక పడవ వచ్చింది కొచ్చి నుంచి; దొర సామానులతో వచ్చి వున్నాడు. నిన్ను చూడాలని అంటున్నాడు. ఇంత క్రితం మనకు సరుకులు ఇచ్చినవాడే.. బేగు రా..."

మొత్తం ఊపిరి పీల్చకుండా చెప్పేసి బరువు దించుకున్నట్లు ఆయాసపడుతూ నిలబడ్డాడు బీరాన్.

ఆ దొర ఇంతక్రితం తెచ్చిన టార్చులైటు గురించి, ఇతర వస్తువుల గురించి గుర్తు వచ్చింది మమ్ముటికి. అప్పుడు మొత్తం సరుకంతా మమ్ముటియే అమ్మాడు. పడవ

వద్దకు వెళ్ళడానికి హుషారు అనిపించలేదు కానీ అదీ ఒక అనుగ్రహమేనని భావించాడు.

అమీరుని కలవాలనే తపనను రాత్రి వరకు ఆపుకోవాలి. గుండెలోని గుర్రపు డెక్కల సవ్వడితో దుకాణంలో కూర్చుంటే యుగాలు గడిపినా రాత్రి అవదు.

"కొచ్చి నుండి దొర వచ్చినా నీకు సంతోషంగా లేదేమిటీ? ఒకసారి నవ్వు... ఎంతకాలమైంది నీ నవ్వు చూసి..."

ఏదో దయ్యం పాకినట్లు మమ్ముటి భుజాలు పట్టుకొని కుదిపాడు బీరాన్.

కొంతకాలంగా అతడు ఇలా మాట్లాడటం లేదు. మమ్ముటి అతని వైపు చూపులు మళ్ళించినప్పుడు సర్వం ఆవిరైపోతున్నట్లు చెమట్లు కక్కుతున్నాడు బీరాన్. కన్నీరూ చెమటా కలసిపోయిందా అని తెలుసుకోలేని విధంగా ముఖం నిండా నీటి ప్రవాహమే!

"బీరాన్, పిల్లలే నవ్వగలరు. నా చిన్ననాటి రోజులు పోయాయి కదా."

"పెద్దవాడవైన తరవాత కూడా నువ్వు నవ్వుతూ వుండేవాడిగా."

"పెద్దవాడినైనా అప్పుడు నేను చిన్నపిల్లవాడినే. ఇప్పుడే... ఈమధ్య కొన్ని సంవత్సరాలుగా మార్పు వచ్చింది. ఒకేసారిగా..." రాని నవ్వు తెచ్చుకుంటూ అన్నాడు మమ్ముటి. "నవ్వింది చాలా?" మమ్ముటి నవ్వు భయంకరంగా అనిపించింది బీరాన్‌కి. మమ్ముటి ఇంటి గేటు దాటగానే అతడూ బయలుదేరాడు.

*

18

సూర్యుని వెలుగులో అరేబియా సముద్రంలోని నీరు ఒక వెలుగుల వరదగా మారుతోంది. ఆ వెలుగంతా తనలోకి ఆవహించుకుంది కార్తి.

నిమిషాల తరవాత ఆమె దృష్టి తను కట్టించిన గుడి మీద పడింది. యథాలాపంగా గుడివైపు అడుగులు వేసింది. అమ్మవారి విగ్రహాన్ని దర్శించి ప్రదక్షణం చేసింది. వెనక్కు తిరిగి చూస్తే మెల్లగా నడిచి వెళ్ళే అమీర్ కనబడ్డాడు. గబగబా అతన్ని సమీపించింది కార్తి. ప్రభాతపు మంచుపొరలు ఇంకా ఆమె కళ్ళలో మిగిలి వున్నాయి.

"అమీర్, నీ కళ్ళలో మంచు పొరలున్నాయి."

"ఏంటీ బాభీ..." ఆశ్చర్యంగా అడిగాడు అమీర్.

"అమీర్... నీకు ఎప్పుడైనా కోపం వచ్చిందా... బావ కొట్టినప్పుడు కానీ దోస్తులు పరిహాస బాణాలు వేసినప్పుడు కానీ..."

లేదనే అర్థంలో తల ఊపాడు అమీర్. "అమీర్, నువ్వు నాతో ఏటిలోకి రా. నేను నీ మత్తు వదిలిస్తాను. నీ కళ్ళలోని పొరలు తీసి పారేయాలని ఉంది నాకు."

అమీరుని గట్టిగా కౌగిలించుకుంది కార్తి. చచ్చి పడిన చేపకళ్ళతో ఆ పదిహేను సంవత్సరాల వాడు ఒక కొత్త భావంతో చూశాడు. కార్తి వక్షస్థలం నుంచి వచ్చే పరిమళం ఆఘ్రాణించి వాడి నాసికా రంధ్రాలు వికసించాయి. పెదవులు విప్పి అమృతత్వంలోకి మెల్లగా దూరాడు. ఆమె నగ్నత యొక్క లోతు చూడడానికి తల తిప్పాడు.

ఎల్.ఆర్. స్వామి

"అమీర్, నిన్ను నేను స్నానం చేయించాలి, పద."

అమీరుని ఏటి మెట్లు దింపి జలం యొక్క నవ్యతలో ముంచింది కార్తి.

"చూడూ, ఇంకా క్రిందకు దిగు," కార్తి చెప్పింది. "అలా దిగి వెళ్తే రాళ్ళమెట్లు దాటుతావు. ఆ తరవాత స్ఫటికపు మెట్లున్నాయి. ఆ స్ఫటికపు మెట్లు దిగి వెళ్తే జలకన్యల భవంతి చేరుకుంటావు. ఆ భవంతి నుంచి పైకి చూస్తే వర్ణాలతో ఉదయించిన సూర్యుణ్ణి చూడవచ్చు. అది ఎంత అందంగా వుంటుందని అనుకున్నావూ... అన్ని చోట్ల నురగల ప్రవాహం. వందలకొద్దీ రంగులు నాట్యం చేస్తాయి."

వాడ్ని బలవంతంగా గుండెలోకి లాక్కుంది కార్తి. స్తనాల మెత్తదనం క్రింద జ్వాలాముఖి అయిన ఒక అగ్నిగుండం తాకిన వాడు హఠాత్తుగా ముఖం తిప్పుకున్నాడు.

"భవంతిలో మగాళ్ళు ఉండరు. కాపలావాళ్ళతో సహ అందరూ ఆడవారే. అందరూ అందగత్తెలైన కన్యలే. మగాడుగా అమీర్ మాత్రం."

ఇప్పుడు అమీర్ ముక్కుపుటాలు నీటి స్థాయిలో ఉన్నాయి. అమీర్ ఇరుక్కు పోయాడు. స్త్రీలు అందించే రతి అనుభవం ఇంత కఠినంగా వుంటుందని అనుకోలేదు అమీర్.

"వాళ్ళు అమీరుకి ఉద్యానవనంలోని అందమంతా చూపిస్తారు." మళ్ళీ అంది. "రుచికరమైన పాలు పండ్లు ఇస్తారు. వారి ఉచ్ఛ్వాస నిశ్వాసంలో మాంత్రికశక్తి, వెచ్చదనమూ ఉంటాయి. ఆ వేడికి నీ కళ్ళలోని మంచుపొరలు కరిగి ప్రవహిస్తాయి. మంచి పిల్లాడివవుతావు. వారితో చేతులు కలిపి నడిస్తే వారి శరీరంలోని బోలెడు తీపిఫలాలు నీవే..."

జలగర్భంలో ఒక విస్ఫోటనం జరిగినట్లు కార్తి అమీర్ చెంప మీద కొట్టిన సవ్వడి వినబడింది. అమీర్ ప్రాణం అనుభవించిన కష్టం నురగలుగా పారింది. తన ఆత్మా శరీరమూ ఛిన్నాభిన్నమవుతున్నట్లు తోచింది. చివరిసారిగా శక్తియంతా కూడగట్టుకొని కార్తి రొమ్ము చివర గట్టిగా కొరికాడు.

నొప్పితో పాటు కలిగిన పులకింత వల్ల కార్తి పెదవులపై చిరునవ్వు విరిసింది. మరణ నక్షత్రాలు ఆమెని ప్రత్యేక పులకింతకి గురి చేశాయి.

నీటిపైన ఎర్రరంగు తేలింది. జలగర్భంలోని భవంతి గురించి అమీర్‌కు చెప్పవలసినవి చాలా ఉన్నాయని అనుకుంది కార్తి. ఏవేవో గొణిగింది. ఆమెను పట్టుకొని వున్న వాడి పట్టు కాసేపటిలో సడలిపోయింది.

"అలా మంచివాడుగా ఒక జలకన్య చేయి పట్టుకొని భూమిలోకి ఎప్పుడు వస్తావు అమీర్?" కార్తి అడిగింది.

జవాబు అందలేదు. మళ్ళీ మళ్ళీ అడిగింది. శరీరం నుంచి పారే వందల వాగులతో ఆమె మెట్లు ఎక్కింది. కార్తి గుండెలో ఒక రామబాణపు పువ్వు విరిసింది. లింగభేదం తేల్చలేని ఒక మూటలా అమీర్ శరీరం ఏటిలో తేలింది.

కార్తి కనబడలేదని ఆమెను వెతుకుతూ తిరిగింది ఆయేషా. ఏటి నుండి వెనక్కు నడిచి, ఇంటి గేటు దాటి ఎవ్వరికీ కనబడకుండా పడమటి వైపు కదిలే కార్తిని ఇసుకలో ఒక ఎర్ర గీత అనుసరించింది.

దూరం నుంచి చూడటమే తప్ప సముద్ర సాన్నిధ్యం ఎన్నడూ అనుభవించలేదు కార్తి. కడలి వద్దకు చేరినకొద్దీ ఆమె మంత్రించింది. "ఇది మగతనం... ఇది మగతనం..."

*

19

అప్పుడెప్పుడో మమ్ముటికి సరకులు అమ్మిన దొర కొచ్చిలో ఒక బంగ్లాలో కూర్చుని వున్నాడు. తిరగవేసిన చైనా వలలను తిరగతోస్తూ ఒక గాలి వీచింది. దగ్గరగా వేసిన బంగ్లా తలుపులు తెరుచుకున్నాయి.

"నన్ను ఎందుకు రమ్మన్నారు." నవ్వుతూ గదిలోకి ప్రవేశించాడు మమ్ముటి.

ఒకసారి కళ్ళు మూసుకుని ఆలోచించాడు దొర. మమ్ముటిని గుర్తుపట్టడానికి చాలాసేపు పట్టింది. కళ్ళు తెరిచి చూసేసరికి మమ్ముటి తల నాలుగు ముక్కలుగా పగిలి నలువైపుల రాలిపడి వుంది. హడలిపోయి కుర్చీ నుంచి లేచాడు. కంగారుగా అటూ ఇటూ చూశాడు- ఏమీ కనబడ లేదు- బంగ్లా తలుపులు మూసి మళ్ళీ తెరిచి చూశాడు.

చరిత్ర ప్రసిద్ధమైన పొన్నాని సముద్రతీరమంతా జాలర్లు పరిచిన వలలే. ఆ వలలో చిక్కి చచ్చిన వేల వేల చేపల జీవితాలు అదృశ్యంగా ఆ వలల్ని అంటుకుని వున్నాయి. మబ్బుల కంబళికట్టలు చుడుతూ హఠాత్తుగా ఒక గాలి వీచింది. అకాలమరణానికి గురైన పగలు ఆరోజు మధ్యాహ్నామే అదృశ్యమైంది.

చావకాడు (ఒక ఊరి పేరు) నుంచి ఎవ్వరికీ కనబడ కుండా వచ్చిన సైదుముల్లా మరియు అతని అనుచరులు గబగబా ఎవ్వరికీ కనబడకుండా నడిచారు. చెమటలోని ఉప్పు రసానికి వాళ్ళ ఒంటిలోని గాయాలు మండుతూనే వున్నాయి. కాని ఆనందంగా వుండే వాళ్ళకు ఆ మంట అనిపించలేదు.

వాళ్ళు వేసే అడుగులు భూమిలో గోతులు సృష్టించాయి. వారి నిచ్ఛ్వాసాలే కరి మబ్బులుగా మారి పగలుని కప్పినట్లు అనిపించింది.

కత్తులూ, కొడవళ్లూ మొదలైన మారణాయుధాలు ఒక పడవ నిండాపేర్చారు వాళ్ళు. వాటిపై నెత్తురు, మాంసం ముద్దలు అంటుకొని ఉన్నాయి. అందరూ ఒకేసారి పడవలోకి దూరారు. ఉయ్యాలలా ఊగింది పడవ. కడలిలో పెద్ద పెద్ద అలలు లేచాయి. కనిపించనంతవరకు కడలిలోకి వెళ్ళి ఆ తరవాత 'చావకాడు' వెళ్ళాలనేది సైదు ఉద్దేశ్యం. వాళ్ళు వచ్చినట్లుకానీ చేసిన పని గురించి కానీ పొన్నాని వాళ్ళకు తెలియ కూడదు. కాఫిర్ చేతుల నుంచి ఇస్లాంని రక్షించటం బాధ్యతగా భావించి చేశారు. కానీ మనసు కంగారుపడుతోంది.

కొంతదూరం సముద్రంలోకి వెళ్ళిన తరవాత ఉక్కులాంటి ఏదో వస్తువుకు తగిలి పడవ ఊగిసలాడింది. ఒడ్డు నుంచి ఇంత దూరం వచ్చాక ఏ వస్తువు తగిలి వుంటుందని కంగారుపడ్డారు అందరూ.

తన గడ్డం తడుముకుంటూ వంగి నీటిలోకి చూశాడు సైదు ముల్లా. మెల్లమెల్లగా ఒక తల పైకి రావడం గమనించాడు. జుట్టుతో కప్పబడిన శరీరంతోపాటు అందమైన ముఖం స్పష్టంగా కనబడింది. తెరిచి వున్న కళ్ళలో కదలని కనుపాపలు.

మెడదాకా నీటిలో మునిగివున్న ఒక అస్థిపంజరం అక్కడ నిలబడినట్లు కన బడింది. అక్కడ కడలి లోతు నిర్ణయించడం సాధ్యంకాదు. తెరలు లేచే ఆకుపచ్చని నీటినుండి లోపలకి దృష్టి మళ్ళిస్తే వివస్త్ర శరీరం అగాధంలోకి ఎదుగుతున్నట్లు తోచింది. కడలి ఆ శరీరానికి బొడ్డుతాడా...?

భయానకమైన ఆ నిమిషంలోనూ ఆశ్చర్యకరమైన ఒక ఆవేశం సైదు ముల్లాని, మిత్రులను ఆవహించింది. కదిలే నీటిపొరల్లో నుంచి నగ్న స్త్రీ సౌందర్యం ప్రవహిస్తోంది. వ్యత్యస్తరూప భావాలలో స్తన సౌందర్యం. వాళ్ళకు అక్కడ నుంచి కదలబుద్ధి కాలేదు. మనసుతోపాటు పడవ కూడా సుడిలో చిక్కుకున్నట్లు చలించింది.

కదిలే పడవ అప్పటికీ సగం నీటలో మునిగి వుంది. పడవ కడలి లోతుకు తీసుకొని వెళ్తోందని తెలిసినా ఆ బలవంతులు ఏమీ చేయలేకపోయారు.

దృష్టి పైకి వుంచి ముల్లా ప్రార్థించాడు. బ్రతికించమని అల్లాని బతిమాలాడు. ఒక మెరుపులా జీవితం యొక్క గొప్పతనం అతని కళ్ళ ముందు మెరిసింది. ఆ పరమ దయామయుడు కడలి కవాటాలు తెరిచి ఆహ్వానించాడు. తల్లి ఒడిలోకి జారే పిల్లల్లా ముల్లా, అతని అనుచరులు కడలిలోకి జారారు.

*

ఎల్.ఆర్. స్వామి

20

కొన్ని రోజుల తరవాత గాలివానకి కడలిలో ఒక పడవ మునిగింది. ఊరు కనబడేటంత మేర జలమయమైంది. కరి మబ్బులు పెరిగిన ఆకాశం మరో కడలిగా భయపెట్టింది.

పడవతో పాటు ఆశలు కూలిపోయిన అయిదుగురు జాలర్లు మరణం కోరుతూ కడలిలో మునిగి తేలుతున్నారు. ఒకసారి మునిగి తేలగానే కాళ్ళ క్రింద ఒక వెచ్చటి వస్తువు. అయిదుగురు కలిసి ఒకేసారి పట్టుకున్నారు. తల్లిపాలు తాగే కుక్కపిల్లలా దాన్ని పట్టుకుని పడుకుంటే, అది ఒడ్డువైపు లాగింది. కడలి ఎంత గర్జించినా అడ్డంకులు సృష్టించినా అది ముందుకు సాగింది. మాతృత్వంలాంటి సంపూర్ణ రక్షణ అందించింది వాళ్ళకు. కడలి సుడిగుండాల్లో చిక్కి చనిపోయిన తల్లులు వాళ్ళకు గుర్తుకొచ్చారు. ఒడ్డు చేరుకున్నారు. ఇసుకలో కాళ్ళు తగిలి లేచి చూశారు జాలర్లు. అప్పటివరకు వాళ్ళకి తెలియలేదు, తమని రక్షించినది ఒక స్త్రీ శరీరమేనని. బ్రతికి వున్న ఏ మగాడిలోనైనా కామజ్వాలలు రేపే ఆ శరీరం ఇసుకలో నగ్నంగా పడి వుంది. ఆ శరీరాన్ని చూస్తూ వుంటే తమ మగతనం ముడుచుకుపోయినట్లు, తాము పిల్లలవు తున్నట్లు అనిపించి ఆశ్చర్యపోయారు వాళ్ళు.

ఆ అసాధారణ సౌందర్యం అనుభవించడానికి కాదని, కేవలం ఆరాధన కోసమేననే భావం కలిగింది వాళ్ళకు. మెత్తని ఆ ఒంటిలో అప్పటికీ కొంత వెచ్చదనం మిగిలి వుంది. కొంత

సందేహించి భయంభయంగా పరిశీలించి అది శవమేనని నిర్ధారణ చేశారు. వాళ్ళకు భయభక్తులు పెరిగాయి. అక్కడే ఒక గొయ్యి తవ్వి శవాన్ని పాతి పెట్టారు.

బరువెక్కిన హృదయాలతో కాసేపు అక్కడే నిలబడ్డారు. ఆ తరవాత వెనక్కు తిరిగారు, ఎవరో పిలిచినట్లు... అయిదుగురు ఒకేసారి తలయెత్తి చూశారు. గొయ్యి నుండి ఆ శరీరం లేచి వస్తోంది. ఆ శరీరం వద్దకు మళ్ళీ మళ్ళీ వెళ్ళిన వాళ్ళు ఆ రాత్రి అక్కడే కూర్చున్నారు.

తమను రక్షించిన ఆ బీవి గురించి ఆలోచిస్తూ గౌరవపూర్వకంగా స్నేహ పూర్వకంగా నిట్టూర్పు విడిచారు. స్నేహానికి మరోవైపు విద్వేషం కదా! కడలి తల్లిని తిడుతూ బూతుపాటలు పాడారు. చేతికి అందిన ఇసుక తీసి కోపంతో సముద్రంలోకి విసిరారు. ఈ ఊరి వారికి ప్రకృతి శక్తుల మీద నమ్మకం లేదు. ప్రకృతి శక్తుల మీద కన్నా వాళ్ళని ప్రేమించే దయ్యాల మీదే శవాల మీదే నమ్మకం, ప్రేమ.

తెల్లవారింది. సముద్రతీరంలోని ఇసుక పంచదారలా మెరిసింది. విన్నవారు చుట్టూ చేరారు. ఏవో స్తుతిగీతాలు పాడారు. భక్తి పారవశ్యంతో ముందురోజు రాత్రి జరిగినదంతా చెప్పుకున్నారు జాలర్లు. చుట్టూ చేరిన వాళ్ళలో కొందరు ప్రశ్నలు సంధించక మానరు కదా.

"పడవ ఎప్పుడు మునిగింది?"

"మీరు అయిదుగురూ పట్టుకోగానే శరీరం మునగలేదా?"

"రాత్రంతా ఇక్కడే ఎందుకు కూర్చున్నారు?"

"మీరు ఎంత లోతులో పాతారు శవాన్ని?"

"ఇప్పుడు ఎన్ని అడుగులు లేచింది ?

"సమాధి లోపల నుంచేనా శబ్దం వచ్చినది?"

ప్రజలు సందేహ బాణాలు సంధించగానే సమాధికి కాపలా కాసిన మగ సింహాలు వారి మీద విరుచకుపడ్డారు.

"ఏమిటో.. మాకేం తెలుసు? మాకు ఇంతే ఎరుక. మమ్మల్ని ఏమి అడగవద్దు. ఇక్కడ నుంచి వెళ్ళడానికి మనసు ఒప్పుకోవడం లేదు కనుక కూర్చున్నాం. అంతే," నత్తిగా మాట్లాడే పిల్లల్లా చెప్పి ముగించారు వాళ్ళు. ప్రపంచమంతా నిండిన ఒక మాతృ తేజస్సు ఎదుట యుక్తిభంగం వల్ల ధైర్యం కోల్పోయారు. వెనక్కు పిలిచిన సమాధితో సహా పైకి లేచిన బీవి పగటి వెలుగులోనూ వారిని బంధించింది.

ఎల్.ఆర్. స్వామి

అనుమానాలతో ప్రశ్నల వర్షం కురిపించిన వారికి అది తమ వల్ల పరిష్కరించ బడలేని సమస్యగా తోచింది. గుంపులో వున్న ఒకడు ముసలి యార్‌కి కబురు పెడితే వచ్చి సమస్యలు తీరుస్తాడని సూచించాడు. ఆ మాట సముచితమని తోచింది కొందరికి.

కొచ్చున్ని దొరగా తను పడే సంఘర్షణ తారాస్థాయికి చేరినప్పుడు స్వయం గాయపరచుకున్నాడు ముసలి యార్. ఆ తరవాత సంఘర్షణ కొంత తగ్గింది. కొచ్చున్ని దొర ఆవహించడం కూడా తగ్గింది. కానీ తన దైవప్రార్థనలకు శక్తి తగ్గినట్లు తోచింది. సర్వశక్తుల్ని గుండె పగిలేలా పిలిచేటప్పుడు కూడా హృదయపు లోపల గదిలో రూప భావరహితమైన ఒక శూన్యత మిగులుతోందని అతనికి తోచింది. శూన్యతని భర్తీ చేయటం కోసం ప్రయత్నిస్తే మసీదులోని భగ్నవిగ్రహాలు మనసులో దూరుతున్నాయి.

ఆత్మ సంక్షోభంతో వుండే ముసలి యార్ వద్దకు వచ్చారు అయిదారుగురు. వివరాలు చెప్పారు.

సముద్రం నుంచి వచ్చిన బీవి రంగప్రవేశం గురించి, సమాధి లేవడం గురించి శ్రద్ధగా విన్న ముసలి యార్ మనసులో ఒక కొత్త వెలుగు మతాబులా వెలిగింది. సూఫీ ముస్లిం ప్రవక్తల సమాధులు లేస్తాయని అతడు విని వున్నాడు. కాని సొంత ఊరులో ఇలా జరగటం ఇదే ప్రథమం.

బీవి రంగప్రవేశం ప్రజలను సాంత్వనపరచడానికేనని నమ్మాడు ముసలి యార్. ముత్యాలు రాలే కళ్ళతో తడబడే అడుగులతో సముద్రతీరం వైపు నడిచాడు.

అటు ఇటు కదిలే జనాన్ని కొంత నియంత్రించాడు అతడు. సమాధి ముందు మోకాళ్ళు ఇసుకలో ఆన్చి నిలబడ్డాడు. జనం అతన్ని అనుసరించారు. దైవత్వంలోకి తీసుకొనివెళ్ళే, సర్వం సమాధి అయిన ఒక మాతృరూపం అతని మనసులో నిండింది.

"బీవీ... నా బీవీ..." ముసలియార్ పిలిచాడు. మసీదులోని భగ్నవిగ్రహాల పోలికలతో పోల్చగలిగే ముద్రలు బీవి గుండెలోనూ భుజాల్లోనూ కనబడినా భక్తి పారవశ్యంలో అవి తెలియలేదు అతనికి.

ఆరోజు నుండి ప్రతి సంవత్సరం బీవి గురించి ఉత్సవం జరుగుతూనే వుంది, ముసలియార్ నాయకత్వంలో ఏనుగులతో వాద్యఘోషతో జరిగే ఉత్సవంలో హిందువులు ముస్లింలు పక్కపక్కనే నిలబడి ముందుకు సాగుతారు. కొబ్బరినూనె, ఊదుబత్తీలు సమర్పించి తమ బాధలు చెప్పుకుంటారు జనం. అదే మొదటి బీవి కథ–

భరిణె నుంచి లేచిన భూతంలా కథ యొక్క లోతు నుంచి లేచాడు కథకుడు. ఆశ్చర్యంగా చూశాను. అతని కనుల కొలనులో మందహాసపు చిరు అలలు...

ఎల్.ఆర్. స్వామి

"సరే, మరీ మళ్ళీ మళ్ళీ బీవీలు ఎందుకు వచ్చారు?" అనుమానం వ్యక్తం చేశాను.

"ఎందుకని అడుగుతున్నావా బిడ్డా! మనిషి మంచివాడుగా మారే శక్తిని మనిషి ఇంకా అందుకోలేదు. కాని మంచివాడుగా మారాలనే కోరిక ఉంది. ఆ కోరికలే బీవీలుగా అమ్మవారులుగా దేవుళ్ళుగా ప్రత్యక్షమవుతాయి. ఒక బీవిని మర్చిపోగానే మరో బీవి. ఇక రెండో బీవి కథ వినొద్దూ... చెబుతాను... వినండి."

అతని మాటలకు చెవులు అప్పగించి కూర్చున్నాను.

మొదటి ముద్రణ: 1993

*

ఎల్.ఆర్. స్వామి

వివరణ

1. **జారం:** దేవుని అనుగ్రహం వల్ల దివ్యులైన కొందరు పుణ్యాత్ముల మృతదేహం మట్టిలో పాతిపెట్టాక పైకి లేస్తుందనే నమ్మకం కొందరు ముస్లింలలో వున్నది. అలా లేచిన సమాధులు బాగా కట్టి, మసీదులా చేసి భక్తులు ఆరాధన కోసం వెళ్తారు. పట్టుబట్టలు, ఊదొత్తులు, కొబ్బరినూనె సమర్పిస్తారు. ఇలా సమాధిని కేంద్రంగా చేసి నిర్మించబడిన ఆరాధనాకేంద్రాలని 'జారం' అని అంటారు. కొందరు 'దర్గా' అని కూడా అంటారు. దివ్యశక్తులు కలిగిన ఆడవారి, మగవారి, మరియు పిల్లల జారాలు వున్నాయి.

2. **ఓణం:** కేరళీయుల పండుగ.

3. **పెరునాళ:** క్రిస్టియనుల, ముస్లింల పండుగ.

4. **కబర్:** ముస్లిం సమాధి.

5. **ఆతిరశ్శేరినంబూద్రి:** ఆతిరశ్శేరి అనే ఇంటి పేరుగల నంబూద్రి.

6. **పత్తాయపుర:** ధాన్యం నిలవచేసే గోదాం పైన కట్టిన భవంతి.

7.. **ఎట్టుకట్టు:** ఇంటిలో ముఖ్యభవన విభాగం. పాతకాలంలో కేరళలోని నాయర్, మీనోన్లు (ధనవంతులు) నివసించే భవంతుల సముదాయం. గేటు వద్ద ఒక మేడ, పత్తాయపుర ఎట్టుకెట్టు, వంట కోసం కట్టబడిన భవనం ఇలా ఉండేవి. అన్ని భవనాలు చాలా విశాలమైన ఎకరాలకొద్దీ స్థలంలో సరిహద్దు గోడతో ఉండేవి.

8. **నిళానది:** మలబారులోని ముఖ్య నది. (గోదావరి నదిలా)

9. **అధికారి:** మున్సిఫ్లాంటి వాడు.

10. **నిరపర:** పూర్ణకుంభంలాంటిది.

ఎల్.ఆర్. స్వామి

11. **పులయ:** దళితజాతికి చెందిన వర్గం.

12. **పొన్నాని:** ఒక ఊరు. ఇప్పుడూ ఉంది. ముస్లిమ్‌లు ఎక్కువగా ఉంటారు.

13. **జిన్ను:** భౌతికాతీతమైన అలౌకిక జీవులు. వీరు దేవుని ఆజ్ఞలు నిర్వహిస్తారని నమ్మకం. సాధారణ మానవుడు జిన్నులని చూడలేరు. జిన్ను సైతాన్ కాదు.

14.. **కళం, కళప్పుర:** ఫామ్‌హౌస్.

15. **ఖురేషి:** అరేబియాలోని ఉన్నత కులస్థులని ఖురేషి అని అంటారు. లేని గొప్ప చూపేవారి గురించి కూడా ఈ మాట వాడతారు.

16. **కాబారాయి:** మెక్కాలో ఉన్న చతురస్రాకారంలోని రాయి. ముస్లిం ఇళ్ళలో దాని ఛాయాచిత్రం ఉంటుంది.

17. **కలిమి చెప్పటం:** ముస్లిం మతంలోకి మారేటప్పటి కార్యక్రమం.

18. **సంబంధక్కారి:** భార్య లాంటి స్త్రీ. ఉన్నత కులస్థులు ఆరోజుల్లో ఆడదాన్ని చేరదీసి (భార్యగానే), పెళ్ళి చేసుకోకుండా జీవించేవారు. ఆరోజుల్లో పెళ్ళి చేసుకోవటం అనేది లేదు. సంబంధం చేసుకోవటమే.

19. **బీడర్:** భార్య.

20. **పదకొండు పాఠాలు:** మతం మార్చుకునేవారు చదవవలసిన పాఠాలు. ఇస్లాం మతంలో పాటించవలసిన నియమాలు ఈ పాఠాల్లో వుంటాయి.

21. **చిత్రోడకల్లు:** చెక్కిన రాయి. ఈ రాయిలో ఏదైనా దేవతామూర్తి నివాసం ఉంటుందని నమ్మకం.

22. **నాల్గో వేదం స్వీకరించటం:** ఇస్లాం మతం పుచ్చుకోవటం.

*

ఎల్.ఆర్. స్వామి

మూల రచయిత

కె.పి. రామనున్ని

జననం 1955. ఉద్యోగరీత్యా తండ్రి కోల్‌కత్తాలో వుండేవారు కనుక కోల్‌కత్తాలో పుట్టారు. నాలుగేళ్ల లోపల తండ్రి మరణించడంతో తల్లి సొంత ఊరైన పొన్నాని (కేరళ)లో పెరిగారు.

చదువు ఎం.ఎ. (ఆంగ్లభాషా సాహిత్యం). ఉద్యోగం- 21 సం॥లు ఎస్.బి.ఐ.లో అసిస్టెంట్ మేనేజరుగా చేసి స్వచ్ఛంద పదవీ విరమణ చేసి, ప్రస్తుతం లెరూర్ (కేరళ) లోని తుంచన్ స్మారకట్రస్టులో కార్య నిర్వాహణాధికారిగా ఉన్నారు.

రచనలు- సూఫీ చెప్పిన కథ, చరమవార్షికం, జీవితబైంటే పుస్తకం నవలలు, తొమ్మిది కథాసంపుటాలు, విమర్శ, సాహిత్య వ్యాసాలు నాలుగు సంపుటాలు ప్రచురించారు.

కేరళ సాహిత్య అకాడెమి అవార్డుతో పాటు వయలార్ అవార్డు, ఎడశ్శేరి అవార్డు, సత్యరాజన్ అవార్డు, కథా అవార్డు, అబుదాబి శక్తి అవార్డు అందుకున్నారు.

కేంద్ర సాహిత్య అకాడెమిలోనూ, కేరళ సాహిత్య అకాడెమిలోనూ సలహాదారు సభ్యుడుగా పనిచేశారు.

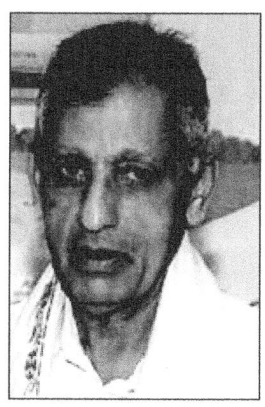

అనువాద రచయిత

ఎల్.ఆర్. స్వామి

పుట్టినది 16 అక్టోబర్ 1944. పూర్తి పేరు- లక్ష్మణ అయ్యర్ రామస్వామి.

చదువు- రసాయన శాస్త్రంలో బిరుదానంతర బిరుదు, ఎం.బి.ఎ. (ఫైనాన్స్), డిప్లొమా- పర్యావరణ పఠనం.

ఉద్యోగం- సీనియర్ మేనేజర్ (రిటైర్డ్)

మాతృభాష కాకపోయినప్పటికీ ఉద్యోగరీత్యా విశాఖ వచ్చి స్థిరపడ్డాక 1980 తరువాత తెలుగు స్వయంగా నేర్చుకొన్నారు. కేరళలో పుట్టి పెరిగిన తమిళుడు.

అనేక బహుమతులు, అవార్డులు అందుకున్నారు.

'సామెత కథలు-మిని కథలు' అనే కథాసంపుటి మీద తెలుగు విశ్వవిద్యాలయం (బొమ్మూరు) విద్యార్థిని ఆర్. భాగ్యలక్ష్మి ఎం.ఫిల్ పట్టా పుచ్చుకుంది.

అనువాదాల మీద ఆంధ్ర విశ్వ కళాపరిషత్తు విద్యార్థిని పిహెచ్.డి. చేస్తోంది.

అనువాదకుని ఇతర రచనలు

కథాసంపుటాలు

1. కథాస్వామ్యం
2. గోదావరి స్టేషన్
3. సామెత కథలు – మిని కథలు
4. లోగుట్టు పెరుమాళ్ల కెరుక
5. కథాకాశం

అనువాదాలు

తెలుగులోకి

1. మలయాళ జానపద గేయాలు
2. శరీరం ఒక నగరం (మలయాళ కవిత)
3. ఇరవయ్యో శతాబ్దపు ఇతిహాసం (మలయాళ కవిత)
4. కొండ దొరసాని (మలయాళ నవల)
5. ముద్రలు (మలయాళ నవల)
6. పాండవపురం (మలయాళ నవల)
7. కథాకేరళం (మలయాళ కథలు)
8. శ్రీ నారాయణగురు
9. ఆటవిక రాజ్యం (తమిళ కథలు)

మలయాళంలోకి

1. కాలాన్ని నిద్రపోనివ్వను (ఎన్. గోపి కవిత్వం)
2. శిఖామణి కవిత్వం
3. గురజాడ కథలు
4. కేతు విశ్వనాథరెడ్డి కథలు
5. మహాకవి శ్రీశ్రీ
6. ఆంధ్ర వాఙ్మయ చరిత్ర (దివాకర్ల వెంకటావధాని)
7. జయంతి పాపారావు కథలు

Made in the USA
Monee, IL
23 August 2025

24040615R00080